உ
சிவமயம்

அருள்மிகு மாணிக்கவாசகப் பெருமான் அருளிய

சிவபுராணம்

(திருவாசகம் - எட்டாம் திருமுறை)

மறைபொருள் விளக்கம்

மீ. ராஜகோபாலன்

கிரி

கிரி டிரேடிங் ஏஜென்ஸி பிரைவேட் லிமிடெட்

SHIVAPURANAM - MARAIPORUL VILLAKKAM
(Tamil)
ISBN : 978-81-7950-792-6

1st Edition : March 2018 | 4th Reprint : June 2023
Pages 96 | Demi | N.S. Maplitho | 2000 Copies

Published by : GIRI TRADING AGENCY PRIVATE LIMITED

© Publisher | All rights reserved. V00090

Regd. & Admn. Office :
No.372/1, Mangadu Pattur Koot Road, Mangadu, Chennai - 600 122.

✆ +91 44 66 93 93 93 (Multiple Lines), +91 44 2679 3190, 3100

www.giri.in ✉ sales@giri.in

SHOWROOMS : MUMBAI - CHENNAI - KANCHIPURAM - COIMBATORE - MADURAI
TRICHY - PUDUCHERRY - HOSUR - SECUNDERABAD - BENGALURU - NEW DELHI

நாத விநாயகனை நந்தி மகப்பேறைக்
காத லினாலுள்ளங் கைக்கொண்டேன் – வாதவூர்
அய்யனருட் சொல்லமுதை அன்பிலுப தேசித்து
உய்யவரம் உண்மை வுரை!

திருவா சகமென்னும் தேனிலொரு முத்தும்
பருகா மலன்பிற் பணிவேன் – உருகாத
கல்லுருகும் நின்னமுதச் சொல்லுருகும் என்னறிவில்
தெள்ளுமறைத் தீர்வுணரத் தான்!

சிவபுராணம் - மறைபொருள் விளக்கம்

ஓம் குருப்யோ நம:

மாணிக்கவாசகர் அருளிய
சிவபுராணம்
(எட்டாம் திருமுறை)
மறைபொருள் விளக்கம்

பணிவுரை

ஸ்ரீ மாணிக்கவாசகப் பெருந்தகை, சைவம் தழைக்க அவதரித்த தவமுனி. திருவாசகம் எனும் தேனினும் இனிய திருமுறைப் பாடல்களால், திருமறைகளைத் தந்த மாமுனி. திருஞானசம்பந்தர், திருநாவுக்கரசர், சுந்தரர் எனும் மூவருடன் சேர்ந்து, 'நால்வர்' எனப் போற்றப்பட்டு சைவம் தழைக்கும் நல்லுலகம் எல்லாம் வணங்கத் தக்கவராக விளங்குபவர். அன்னாரின் 'சிவபுராணம்' எனும் சிறிய, அரிய நூல் பலராலும் மனமாரப் பயிலப்பட்டு, பாடப்பட்டு, கேட்கப்பட்டு அதனால், பயிலுவோர், பாடுவோர், கேட்போர் எல்லோருடைய மனதிலும் ஆன்ம விளக்கினை ஏற்றி, அமைதியும், உண்மைச் சுகமும் தந்து உதவுகின்ற பெருநிதியம். ஆன்றோர்களும், அன்பர்களும் இந்நூலுக்குப் பொருளும் விளக்கங்களும் கொடுத்துள்ளார்கள்.

அறவழியில் வாழ்ந்து அதனால் பண்பான வாழ்க்கை வாழும் நல்லோர்கள், 'விவேகம்' எனும் பகுத்தறியும் பண்பினால், எது உண்மை, எது பொய், எது மெய்யின்பம், எது துயரம் என்றெல்லாம் தக்க வினாக்களினால் தாக்கப்பட்டு, விடை காண ஏக்கங் கொண்டு, பிறகு நல்வினைப் பயனால், திருவருளாலும், குருவருளாலும் இறைச்சிந்தனையில் மட்டுமே தமது வாழ்வைத் திருப்பி, மேலான உண்மையை ஆயும்

பணியிலேயே வாழ்வைச் செலவிடுவர். இறையுணர்வை அடைவதற்கும், பிறவிப் பிணையை முற்றும் விடுப்பதற்கும், 'பற்றின்மை' என்ற பண்பும், 'இறைச்சிந்தனை' என்ற ஒரே நோக்கமும் எப்போதும் இருந்தாக வேண்டும் எனத் தெளிவர்.

எனினும், அறவழி நடந்தும், அறிவினை அடைந்தும், 'வைராக்கியம்' எனும் பற்றின்மை மட்டும் முற்றிலும் கைகூடாததால், அதனை அடையும் வரை, 'யான் எப்படிப் பற்றினை விடுவேன், கீழான வாழ்வினை விடுத்து, மேலான வாழ்விற்கு எப்படிப் போவேன், ஐயோ, நான் கீழானவன்' என்றெல்லாம் இறைவனை எண்ணிப் புலம்பி, தன்னைப் பணிவினால் மிகவும் தாழ்மைப்படுத்திக் கதறுவர்.

மாணிக்கவாசகப் பெருந்தகையின் திருவாசகப் பாடல்களில், இத்தகைய வைராக்ய வேட்கையும், அதனால் தன்னை 'நாயேன்' எனத் தாழ்த்திக் கொள்ளும் அடக்கமும் விளங்கும். அருணகிரிநாதர், தாயுமானவர் போன்ற ஞானிகளும் இதே போல வைராக்ய வேட்கையினால் புலம்பியும், கதறியும் இசைத்த பாடல்கள், படிக்கையிலேயே, நமது ஊனை உருக்குவதாகவே இருக்கின்றன.

திருவருளால், இறுதியில் பற்றின்மையை முற்றிலும் பெற்ற அத்தகு ஞானிகள், 'பரஞானிகளாக', இறைவனது திருவடி ஒளியைத் தரிசித்தவர்களாக, அவ்வின்ப அனுபவத்தை, அனுபூதியைக் கொண்டாடுபவர்களாக, ஆனந்தத்தில் நல்லிசைப் பாக்களைப் பாடி அருளியிருக்கிறார்கள். அருணகிரிநாதரின் கந்தரனுபூதியும், தாயுமானவரின் ஆனந்தக்களிப்பும் அத்தகைய அருள் அனுபவத்தினால் விளைந்த பாடல்களே.

அது போன்றே, திருப்பெருந்துறையில், பரசிவனை குறுந்த மரத்தினடியில் இருந்து அருள் தந்த குருமணியாகவும், தமது வாழ்க்கையில் பலவிதமான திருவிளையாடல்களை நடத்தி அருள்வித்த நாயகனாகவும், தில்லையில் திருவடிகளைக் காட்டி அருள்பாலித்த பரம்பொருளாகவும் தரிசித்து, பேரானந்த அனுபூதியினைப் பெற்ற மாணிக்கவாசகர், அந்த உயர்வான அனுபவநிலையில் இருந்தபடியே, நாமெல்லாம் உய்வதற்காக அளித்த நந்நூலே, சிவபுராணம் என்னும் இச்செந்நூல்.

மாணிக்கவாசகரின் திருவாசகத்தில் கனிமொழியாம் தமிழ்ச் சொற்களுடன், முனிமொழியாம் சம்ஸ்கிருதத்தின் சொற்களும் இயைந்து விளங்குகின்றன.

வேதங்கள் எல்லாம், சம்ஸ்கிருத மொழியில் அமைந்திருப்பதால், வேத அறிவினை விளம்புகின்ற தமிழ் நூல்களில், சம்ஸ்கிருதச் சொற்களின் பயன்பாடும், அவற்றைச் சார்ந்து அமைந்த தமிழ்ச் சொற்களின் முக்கியத்துவமும், கலந்தே இருப்பது தெளிவு. எனவே, மாணிக்கவாசகரின் திருவாசகம் முதலான நூல்களில் கோர்த்து விளங்கும் அழகான சொற்களையும், அதன் ஆழமான கருத்துக்களையும் நாம் உணருவதற்கு, இவ்விரு மொழியறிவும் உதவும்.

இறைமந்திரங்கள் மட்டுமின்றி, எண்ணற்ற நெறிகளையும், உண்மைகளையும் சம்ஸ்கிருத நூல்கள் கொண்டிருப்பதால், அவற்றைச் சார்ந்தும், அவற்றினை விளக்கியும் விளங்கும் பல தமிழ்ப் பெருநூல்களை நாம் நன்கு உணர்ந்து கொள்ள இவ்விரு உயரிய மொழிகளையும் பேணி வளர்ப்பதே நமக்குப் பெருமை.

சம்ஸ்கிருதம் ஒரு இனத்தாருக்கோ, நிலத்தாருக்கோ மட்டும் உடமை அல்ல. கனிமொழியாம் தமிழும், முனிமொழியாம் சம்ஸ்கிருதமும், மொழியுலகின் மூத்த சகோதரிகள். செம்மையும், சீரும் கொண்ட இம்மொழிகளைப் பெற்ற நாம், இவற்றைக் கண்களாய்க் காத்து, அவற்றின் ஒளியினால், அறிவுப் பார்வை பெறுதல் அவசியம். மொழிப்பூக்கள் பரந்த பெருந் தோட்டம் அல்லவா நம்நாடு! எனவே வாழை என அமுதத் தமிழ் வளர்க்கும் நம் அறிவுத் தோட்டத்தில், மாடத்து துளசியாகவாவது முனி-மொழி இருக்கட்டும்.

'புராணம்' எனும் வடமொழிச் சொல்லுக்கு, 'புர அபி நவம்' எனும் முனிமொழி இலக்கணம் இருக்கிறது. அதாவது, பழமையானதாயும், எனினும் எப்போதும் புதுமையானதாயும் இருக்கும் உண்மைகளைத் தருபவையே புராணம் என்றாகும். எனவே 'சிவபுராணம்' என்பது, என்றுமிருப்பதால் முதுமையானதாயும், எப்போதும் தொடர்வதால் புதுமையானதுமாயும் இருக்கின்ற 'சிவம்' என்னும் பேருண்மையைப் பற்றிக் கூறும் நூல் என்றாகிறது.

மேலும் 'சீவன்' என்பது 'ஜீவ:' எனும் உயிர்த் தத்துவத்தினைக் குறிக்கும் தமிழ்ச்சொல். 'நான்' எனும் உணர்வுடன் உலகத்தை அனுபவிக்கின்ற ஒவ்வொரு உயிரினமும் சீவனே. 'புல்லாகிப் பூடாகி' பல பிறவிகள் எடுத்து அவ்வனுபவங்களால் இளைத்துக் களைக்கின்ற சீவனின் வரலாறும் இந்நூலில் காட்டப்படிருப்பதால், இந்நூல் 'சீவ புராணம்' என்றும் ஆகிறது.

இறுதியாக, அனுபவிக்கும் உலகங்கள் நிலையற்றன எனவும், அனுபவ உடல்களும், கரணங்களும் 'சடமானவை' எனவும், அவற்றுக்கு ஒளியைக் கொடுப்பது, சீவனுள் இருக்கும் ஆத்மா எனவும் உணர்ந்த பரஞானிக்கு, 'சிவனே சீவன்' என்றும், ஒன்றேயான அப்பேருண்மையே உண்மை என்றும் தெளிகிறது. இந்த ஒப்பரிய மறை பொருளையே, மாணிக்கவாசகர் இந்நூலில் உணர்த்துகின்றார்.

மேலும் மாணிக்கவாசகர், இப்பாடல்களைப் படிப்போர், 'சொல்லிய பாட்டின் பொருளுணர்ந்து சொல்லுவர்' என ஆணையிட்டுள்ளதால், அன்னாரின் நூற்பொருளை ஆய்வதற்கு நமக்கு அனுமதியும், உரிமையும் இருக்கின்றன. 'பொருள் அறிந்து' என்று மாணிக்கவாசகர் கூறியிருந்தால், சொற்பொருளை அறிவால் மட்டுமே அளந்து, அதன்படி ஒரே கருத்தை நாமெல்லாம் ஒப்பி ஏற்றுக் கொள்ள வேண்டும். ஆனால் 'பொருள் உணர்ந்து' என ஆசான் கூறியிருப்பதால், அன்னாரின் 'நூல் நோக்கத்திலிருந்து' வழுவாத வகையிலும், அதே சமயம், நமது அனுபவத்துக்கும், அறிவின் முதிர்ச்சிக்கும் ஏற்புடைய விளக்கம் எனும் வகையிலும், உட்பொருளை ஆய்தல் நமது கடமையாகிறது.

எம்மொழியிலும், சான்றோரின் உண்மை வார்த்தைகளுக்கு உள்ளே, 'அர்த்த தேவதைகள்' எனும் பொருட்தெய்வங்கள், ஒளிந்து கொண்டு இருப்பார்களாம். பிறிதொரு காலத்தில், அவற்றை நல்லார்வத்துடன் படிப்பவர்களின் முன்னே, அவரது அறிவு முதிர்ச்சிக்கும், நல்முயற்சிக்கும், உண்மைத் தவிப்புக்கும் தக்கபடி, அந்த அர்த்த தேவதைகள், சிந்தையுள் வெளிப்பட்டு, பலவிதமாக நடனமிட்டு, புதுப்புதுப் பொருள்களைக் காட்டி

மகிழ்த்துவார்களாம். அதனாலேயே, பழமையானாலும், நற்காவியங்கள் எல்லாம், எப்போதும் புதுமையுடன் நம்மிடையே வாழ்ந்து கொண்டு இருக்கின்றன. திருக்குறள், பகவத்கீதை, தேவாரம், திருவாசகம் என எல்லா நந்நூல்களுக்கும், பலரும் பலவிதமான, பயனுள்ள பொருட்களைக் காலம் காலமாகக் காட்ட முடிகிறது.

அவ்வகையில், சிவபுராணம் படிக்கையில், அடியேனின் மனதில் தோன்றிய கருத்துக்களை, மறை பொருள் விளக்கங்களாக, இவண் யான் பகிர்ந்து கொள்கிறேன். இம்முயற்சியில் தவறுகளோ, குறைகளோ இருப்பின், அவை யாவும் இவனின் இழுக்கு. அவற்றைப் பொறுத்து, திருத்தி வைப்பது, படிக்கின்ற பெரியோர்களின் பொறுப்பு.

எல்லாம் வல்ல இறைவனுக்கும், இறைவனாய் ஆன மாணிக்க வாசகருக்கும், பணிவால் அளித்த பைந்தமிழ் மலரே இப்படைப்பு.

மீ. ராஜகோபாலன்

உ
சிவமயம்
சிவபுராணம்

நமச்சிவாய வாழ்க நாதன் தாள் வாழ்க
இமைப்பொழுதும் என் நெஞ்சில் நீங்காதான் தாள் வாழ்க
கோகழி ஆண்ட குருமனிதன் தாள் வாழ்க
ஆகமம் ஆகிநின்று அண்ணிப்பான் தாள் வாழ்க
ஏகன் அநேகன் இறைவன் அடி வாழ்க   5

வேகம் கெடுத்தாண்ட வேந்தன் அடி வெல்க
பிறப்பு அறுக்கும் பிஞ்ஞகன் தன் பெய்கழல்கள் வெல்க
புறத்தார்க்குச் சேயோன் தன் பூங்கழல்கள வெல்க
கரம் குவிவார் உள் மகிழும் கோன் கழல்கள் வெல்க
சிரம் குவிவார் ஓங்குவிக்கும் சீரோன் கழல் வெல்க   10

ஈசன் அடி போற்றி எந்தை அடி போற்றி
தேசன் அடி போற்றி சிவன் சேவடி போற்றி
நேயத்தே நின்ற நிமலன் அடி போற்றி
மாயப் பிறப்பு அறுக்கும் மன்னன் அடி போற்றி
சீரார் பெருந்துறை நம் தேவன் அடி போற்றி   15

ஆராத இன்பம் அருளும் மலை போற்றி
சிவன் அவன் என் சிந்தையுள் நின்ற அதனால்
அவன் அருளாலே அவன் தாள் வணங்கி
சிந்தை மகிழச் சிவபுராணம் தன்னை
முந்தை வினை முழுதும் ஓய உரைப்பன் யான்   20

கண் ணுதலான் தன் கருணைக்கண் காட்டவந்தெய்தி
எண்ணுதற்கு எட்டார் எழிலார் கழல் இறைஞ்சி
விண்நிறைந்து மண்நிறைந்துமிக்காய் விளங்கு ஒளியாய்
எண்ணிறந்து எல்லை இலாதானே நின் பெரும் சீர்
பொல்லா வினையேன் புகழுமாறு ஒன்று அறியேன்

புல்லாகிப் பூடாய்ப் புழுவாய் மரமாகி
பல்விருகமாகிப் பறவையாய் பாம்பாகிக்
கல்லாய் மனிதராய்ப் பேயாய் கணங்களாய்
வல் அசுரராகி முனிவராய் தேவராய்ச்
செல்லா அனின்ற இத்தாவர சங்கமத்துள்

எல்லாப் பிறப்பும் பிறந்து இளைத்தேன் எம்பெருமான்
மெய்யே உன் பொன் அடிகள் கண்டு இன்று வீடுற்றேன்
உய்ய என் உள்ளத்துள் ஓங்காரமாய் நின்ற
மெய்யா விமலா விடைப்பாகா வேதங்கள்
ஐயா என ஓங்கி ஆழ்ந்து அகன்ற நுண்ணியனே

வெய்யாய் தணியாய் இயமானனாம்விமலா
பொய்யாயின எல்லாம் போய் அகல வந்தருளி
மெய்ஞ்ஞானமாகி மிளிர்கின்ற மெய்ச்சுடரே
எஞ்ஞானம் இல்லாதேன் இன்பப் பெருமானே
அஞ்ஞானம் தன்னை அகல்விக்கும் நல்லறிவே

ஆக்கம் அளவிறுதி இல்லாய் அனைத்துலகும்
ஆக்குவாய் காப்பாய் அழிப்பாய் அருள் தருவாய்
போக்குவாய் என்னைப் புகுவிப்பாய்நின்தொழும்பில்

நாற்றத்தின் நேரியாய் சேயாய் நணியானே
மாற்றம் மனம் கழிய நின்ற மறையோனே 45

கறந்த பால் கன்னலோடு நெய் கலந்தாற் போலச்
சிறந்தடியார் சிந்தனையுள் தேனூறி நின்று
பிறந்த பிறப்பு அறுக்கும் எங்கள் பெருமான்
நிறங்கள் ஓர் ஐந்துடையாய் விண்ணோர்கள் ஏத்த
மறைந்திருந்தாய் எம்பெருமான் வல்வினையேன் தன்னை 50

மறைந்திட மூடிய மாய இருளை
அறம் பாவம் என்னும் அருங் கயிற்றால் கட்டிப்
புறந்தோல் போர்த்தெங்கும் புழு அழுக்கு மூடி
மலம் சோரும் ஒன்பது வாயில் குடிலை
மலங்கப் புலனைந்தும் வஞ்சனையைச் செய்ய 55

விலங்கு மனத்தால் விமலா உனக்குக்
கலந்த அன்பாகிக் கசிந்து உள்ளுருகும்
நலம் தான் இலாத சிறியேற்கு நல்கி
நிலம் தன் மேல் வந்தருளி நீள் கழல்கள் காட்டி
நாயிற் கடையாய்க் கிடந்த அடியேற்குத் 60

தாயிற் சிறந்த தயாவான தத்துவனே
மாசற்ற சோதி மலர்ந்த மலர்ச்சுடரே
தேசனே தேனாரமுதே சிவபுரனே
பாசமாம் பற்று அறுத்துப் பாரிக்கும் ஆரியனே
நேச அருள் புரிந்து நெஞ்சில் வஞ்சங் கெட 65

பேராது நின்ற பெருங் கருணைப் பேராறே
ஆரா அமுதே அளவிலாப் பெம்மானே
ஓராதார் உள்ளத்தொளிக்கும் ஒளியானே
நீராயுருக்கியென் ஆருயிராய் நின்றானே
இன்பமும் துன்பமும் இல்லானே உள்ளானே 70

அன்பருக்கு அன்பனே யாவையுமாய் அல்லையுமாம்
சோதியனே துன்னிருளே தோன்றாப் பெருமையனே
ஆதியனே அந்தம் நடுவாகி அல்லானே
ஈர்த்தென்னை ஆட்கொண்ட எந்தை பெருமானே
கூர்த்த மெஞ்ஞானத்தால் கொண்டுணர்வார் தம்
கருத்தின் 75

நோக்கரிய நோக்கே நுணுக்கரிய நுண்ணுணர்வே
போக்கும் வரவும் புணர்வும் இலாப் புண்ணியனே
காக்கும் எம் காவலனே காண்பரிய பேரொளியே
ஆற்றின்ப வெள்ளமே அத்தா மிக்காய் நின்ற
தோற்றச் சுடரொளியாய் சொல்லாத நுண்ணுணர்வாய் 80

மாற்றமாம் வையகத்தின் வெவ்வேறேவந்தறிவாம்
தேற்றனே தேற்றத் தெளிவே! என் சிந்தனையுள்
ஊற்றான உண்ணாரமுதே! உடையானே!
வேற்று விகார விடக்குடம்பின் உட்கிடப்ப
ஆற்றேன் எம் ஐயா! அரனே ஓ! என்று என்று 85

போற்றிப் புகழ்ந்திருந்து பொய்கெட்டு மெய்யானார்
மீட்டிங்கு வந்து வினைப் பிறவி சாராமே
கள்ளப் புலக்குரம்பை, கட்டழிக்க வல்லானே!

நள்ளிருளில் நட்டம் பயின்றாடும் நாதனே
தில்லையுள் கூத்தனே! தென்பாண்டி நாட்டனே   90

அல்லல் பிறவி அறுப்பானே ஓ என்று
சொல்லற்கரியானைச் சொல்லித் திருவடிக் கீழ்ச்
சொல்லிய பாட்டின் பொருளுணர்ந்து சொல்லுவார்
செல்வர்சிவபுரத்தின் உள்ளார் சிவனடிக் கீழ்ப்
பல்லோரும் ஏத்தப் பணிந்து.   95

திருச்சிற்றம்பலம்

சிவபுராணம்

1. நமச்சிவாய வாழ்க, நாதன் தாள் வாழ்க

சிவாய நம எனப் பணிவோம் (நமச்சிவாய வாழ்க), தலைவனின் திருவடிகளைப் பணிவோம் (நாதன் தாள் வாழ்க)

'வாழ்க' என்பது வாழ்த்துவதாகக் கொள்ளப்பட்டாலும், வாழ்த்துதல் என்பது, உண்மையில் யாரை வாழ்த்துகின்றோமோ, அவருக்காக நாம் ஏற்கும் வணக்கம் என்பதும் ஆகும். ஒருவருக்கு நற்பயன் விளையட்டும் என வாழ்த்துவது, அப்பயனை இறைவன் அளிக்கட்டும் என, ஒருவரின் பொருட்டு நாம் செய்யும் இறை வணக்கம்தான். எனவே இங்கே 'வாழ்க' என்னும் சொல்லுக்கு, இறைவனை வழுத்துவது அல்லது வணங்குவது என்றே பொருள் கொள்ள வேண்டும். மேலும், 'வாழ்க' எனும் சொல், 'வாழ்வதற்காக' எனவும் பொருள் தருவதால், வாழுதல் எனும் மரணமிலாத் தன்மைக்கு, நமக்கு 'நமச்சிவாயா', 'நாதனின் தாள்' என்றெல்லாம் நற்கதிகள் இருக்கின்றன எனவும் பொருள் கொள்ள முடிகிறது.

'சிவாய நம:', 'நம: சிவாய' எனும் திருவைந்தெழுத்துக்கு, 'சிவ பஞ்சாக்ஷரம்' எனப்பெயர். இதன் ஒவ்வொரு எழுத்துக்கும் ஓர் ஆழ்ந்த தத்துவப் பொருளைப் பொருத்தி, பெரியோர்கள் விளக்கி அருளி இருக்கிறார்கள்.

'சிவம்' என்பதற்குச் சொற்பொருள் 'மிகவும் மங்களமானது', அதன் ஆழ்பொருள், உருஅருவிலாப் பரம்பொருளாகவும், யாதிற்கும்

ஆதாரமாகவும் விளங்கும் 'பரமாத்மா' என்று வேதங்கள் காட்டுகின்றன.

அருவான பரம்பொருளையே 'சிவம்' எனும் சொல் குறிக்கின்றது. சம்ஸ்கிருத மொழியில் 'லிங்கம்' என்பதன் பொருள் 'அடையாளம்' என்பதாகும். எனவே 'சிவலிங்கம்' என்பது அருவுருவாய் பரம்பொருளைக் காட்டுவது. அருவான பரம்பொருள் உண்மையை படிப்படியாக உணருவதற்கான பாதை. அப்பரம்பொருளை 'சிவ சக்தி' உருவினராகத் தொழுதல். அதனால்தான் 'சிவம்' எனும் பரம்பொருளை 'சிவன்' என்று உருவகப்படுத்துகின்றோம்.

'உரு அகப்படுதல்' என்றால், நம்முள்ளேயே 'உருவான ஒன்றைக் கண்டுபிடித்தல்' என்றும் ஆகிறது. அவ்வாறு, மேலான உண்மையைக் 'கண்டும்', 'பிடித்துக் கொள்ளுதலுமே', ஞானம் என்றும், யோகம் என்றும் நாம் புரிந்து கொள்ளலாம்.

அவ்வாறு 'அகப்படும் சிவத்தில் சுகப்பட நிலைத்தலே' முக்தி. அப்பயணத்திற்கான பாதைகள்தான், தருமம், பக்தி, யோகம் என நமது திருமறைகள் காட்டும் பல வழிமுறைகள்.

'நம' எனும் சம்ஸ்கிருதச் சொல், 'ந மம:', அதாவது, 'எனதன்று', 'நான் அல்ல' எனும் ஆழ்பொருளைத் தருவது. எனவே 'நம' எனும் சொல்லினால், 'நான்' எனும் செருக்கினை விட்டுப் பணிவது என்பது பொருள்.

'நம' எனும் சொல்லினால் 'எனதல்ல', 'நானன்று' என்று கொண்டால், பிறகு நாம் எல்லாம் யாருடைய உடைமை?

எல்லாமும் 'உடையவன்' இறைவன் ஒருவனே. அவனே, 'சுவாமி' எனும் சொல் காட்டுகின்ற 'உரிமையாளன்'. அவனே 'நாதன்' எனும்

சிவபுராணம் - மறைபொருள் விளக்கம்

'தலைவன்'. 'நாமல்ல, நம்முடையவை எதுவுமல்ல' எனப் பணிந்து, திருவடிகளில் வணங்குவதே பணிவுடையார் பண்பு என்பதால், 'நாதன் தாள் வாழ்க' என வழுத்தும் வணக்கமாக இந்த முதலடி இருக்கிறது.

தாள் பணிதல் என்பது மிகவும் உயர்வான நெறி. அதிலும் பக்தி நெறியை வளர்த்த சைவ, வைணவ வழிபாடுகளிலே, திருவடி பணிதல் பெரிதும் முன்னிலைப் படுத்தப்பட்டுள்ளது. திருவடிகளின் பெருமையை உணர்த்தத்தானோ என்னவோ, அடியார்களின் வரலாற்றைக் கூறும் சேக்கிழாரின் நூலாகிய 'திருத்தொண்டர் புராணம்', எனும் அரிய காப்பியமும், எல்லோராலும் 'பெரிய புராணம்' என்ற பெயராலேயே அழைக்கப்படுகிறது! அதுபோலவே, திருக்குறளில், கடவுள் வாழ்த்து எனும் முதல் அதிகாரத்தில், முதல் ஒரு குறளில் மட்டுமே 'ஆதி பகவன்' எனத் தலை வணக்கம் செய்த திருவள்ளுவர், மற்ற ஒன்பது குறட்பாக்களிலேயும், இறைவனது திருவடிகளையே பணிகின்றார்! என்னே திருவடிகளின் பெருமை! அதனாலேதான், பக்தியை முன்னிலைப்படுத்தும் சைவ நெறியில், இறைவனின் மலரடியும், திருவடியுமே தொழுவாரின் குறியாக இருக்கின்றது.

2. இமைப்பொழுதும் என் நெஞ்சில் நீங்காதான் தாள் வாழ்க

சிறு நேரம் கூட (இமைப்பொழுதும்) என் உள்ளத்தைவிட்டு (என் நெஞ்சில்) அகலாமல் இருப்பவன் (நீங்காதான்) திருவடிகளைப் பணிவோம் (தாள் வாழ்க)

இமைப்பொழுது என்பது, நாம் கண் சிமிட்டும் அளவினாலான காலத்துளி. இமைப்பொழுது என்பதையும்விட, காலம் மேலும்

துல்லியமாகவும் அளக்கப்படக் கூடியதுதான். எனினும், மனிதர்களாகிய நமக்கு, 'இமைப்பொழுது' என்பதே, அனுபவத்தில் காணக்கூடிய துல்லிய காலம். எனவேதான் மாணிக்கவாசகர், இமைப்பொழுது எனும் கால அளவைக் காட்டி, அந்த இடைவெளியிலும்கூட நம்மை விட்டு விலகாமல் நம்முள்ளேயே இறைவன் இருக்கின்றான் எனக் கூறுகின்றார்.

அந்த இறைவன் நம்முள்ளே எங்கே இருக்கிறான்?

'அகப்படும் சிவம்' அல்லவா, அதனாலே, சிவன் எல்லோரின் நெஞ்சிலும் இருக்கின்றான். 'ஹ்ருதயம்' எனும் சம்ஸ்கிருதச் சொல், தசைகளாலான 'இதயம்' எனும் உறுப்பினை காட்டுவது அல்ல, அதன் பொருள், உள்ளமாகிய மையம்; அதுவே நெஞ்சம், நமக்குள் எல்லா உணர்வுகளுக்கும் ஆதாரமாய் இருப்பது.

தங்கத்தமிழில் சொற்சுகங்கள் கோடி.

உதாரணமாக, எல்லா இடத்திலும் நிறைந்து, அகன்று, இறைந்து கிடப்பதால், பரம்பொருளுக்கு 'இறைவன்' என்பது ஒரு பெயர். அப்பரம்பொருளே நுணுக்கமாய், அறிவினையெல்லாம் கடந்து, உள்ளத்துள் ஆழ்ந்து இருப்பதால், 'கடவுள்' என்றும் அழைக்கப்படுகிறது. இறைவனாயும், கடவுளாயும் பரசிவன், நம் நெஞ்சினுள், ஒரு கணமும் நீங்காமல் இருக்கின்றார் என்றும், அன்னாரின் திருவடிகளை வணங்குவோம் என்பதும் இவ்வரியின் பொருள்.

நம்முள்ளே எப்போதும் நீங்காமல் இருக்கின்ற சக்தி எது?

துல்லியமான எண்ணங்களோ என்றால், எல்லா எண்ணங்களும் வந்து போய்க் கொண்டுதான் இருக்கின்றன. எண்ணங்களை விளைக்கும் மனதும் எப்போதும் நிலையாக

இல்லை. மறதியால், நினைப்பும், அறிவும்கூட அழிந்து விடுகின்றன. எனவே எது எப்பொழுதும் மாறாமல் நமக்குள்ளே இருப்பது?

அது 'நான்' எனும் உணர்வு. வெளி அடையாளங்களின் அவசியமோ, புலனறிவின் துணையோ எதுவும் தேவையில்லாமல், எப்போதும் ஒளிர்ந்து கொண்டே இருப்பதுதான் அந்த 'நான்' எனும் உணர்வு. இருட்டில் இருந்தாலும், 'நான் உள்ளேன்' எனும் அனுபவம் நமக்குள் இருந்து கொண்டே இருக்கிறதே! துயிலும் போது, வெளிப்படுத்தும் அறிவுதான் இல்லையே தவிர, நான் எனும் உணர்வு நம்முள் நிலையாகவே இருக்கிறது. ஏனெனில் எழுந்த போது, துயிலையும் பார்த்துக் கொண்டிருந்த சக்தி நம்முள் இருந்திருக்கின்றதே! அதனாலன்றோ, விழிப்பு, கனவு, துயில் எனும் அனுபவங்களுக்கெல்லாம், நம்மால் ஒரு தொடர்பினைக் கொடுக்க முடிகிறது! அந்த ஆதார சக்தியே, 'ஆத்மா' வாகிய இறைச் சக்தி.

அப்படியாயின், 'நான் யார்' எனும் வினாவுக்கும், உள்ளத்தைக் கடந்து, 'நான்' எனும் உணர்வுக்கு ஒளியாக விளங்கும் ஆத்மாவே விடையாக வேண்டும். அப்படியாயின், 'கடவுள்' அல்லாமல், ஆத்மா வேறாக இருக்க முடியாது. இவ்வரிய வேதாந்த முடிவும், இவ்வரிகளிலே மாணிக்கவாசகப் பெருந்தகையால் காட்டப்பட்டது.

'இருப்பது' என்பதற்கான தமிழ்ச் சொல், 'உள்ளது' என்பதாகும். உள்ளது உண்மையானது. 'உள்ளது' என்பதன் ஆழ்பொருள், 'உள் + அது'. அதாவது, உள்ளுக்குள்ளே, 'அது' இருக்கிறது. 'அது' என்பது, வேதாந்தம் 'தத்' எனும் சொல்லினால் காட்டும் பரமாத்மாவைக் குறிக்கின்றது. அப்படியானால், அதுவே 'சத்தியம்', மாறாமல் எப்போதும் விளங்குவது. எனவே ஆத்மா என நம்முள்ளே விளங்கும் கடவுளாகிய சக்தியே, பரமாத்மாவாக எங்கும் நிறைந்த இறைவன் என்று நமக்குச் சுட்டிக் காட்டப்பட்டது.

இவ்வாறு, இறைவன் நமக்குள்ளேயே எப்போதும் இருக்கிறார் என்று உணர்வதால், நமக்கு இரண்டு அரிய மாற்றங்கள் கிடைக்கின்றன.

ஒன்று, நமது செயல்களை எல்லாம் ஒரு சக்தி நமக்குள்ளேயே எப்போதும் பார்த்துக் கொண்டிருக்கிறது என்றால், அச்சக்திக்குப் பணிந்தாவது, நாம் நமது செயல்களை அறமுடையதாயும், தீதற்றதாயும் அமைத்துக் கொள்ள முயலுவோம் என்பது. அதாவது, நமக்கு நற்பண்புகள் வருவதற்கு, நம்முள்ளே கடவுள் இருக்கிறார் எனும் நந்நம்பிக்கை ஒரு காரணமாக இருக்கிறது.

மற்றொரு மாற்றம், பரம்பொருள் நம் உள்ளத்திலேயே இருக்கிறது என்றால், உலக வாழ்க்கையில் நமக்கு எந்நிலை வரினும், அதனால் நமக்கு பாதிப்பு என்பதே கிடையாது எனும் உறுதியும், தன்னுள்ளே விளங்கும் இறைத் தன்மையினால் அழியாத உயர்விலேயே நம்மால் இருக்க முடியும் என்ற வலிமையும், நமக்குக் கிடைப்பது ஆகும்.

3. **கோகழி ஆண்ட குருமணிதன் தாள் வாழ்க**

திருப்பெருந்துறை எனும் தலத்திலே (கோகழி) ஆட்சி செய்துவரும் (ஆண்ட), ஒப்பற்ற ஆசானின் (குரு மணி தன்) திருவடிகளைப் பணிவோம் (தாள் வாழ்க).

'கோகழி' எனும் சொல் குறுந்த மரத்தைக் குறிப்பது. குறுந்த மரத்தின் அடியில், அமர்ந்திருந்த ஒரு நல்லாசிரியரைப் பரசிவனாய்க் கண்டு, மாணிக்கவாசகர் நல்லறிவு பெற்ற இடம் தமிழகத்தில் உள்ள 'திருப்பெருந்துறை' எனும் ஊர். நல்லாசிரியராக வந்து அறிவு புகட்டி, பிறகு மறைந்த அக்குரு மனிதர், எல்லாம் வல்ல பரம்பொருளே என்றும், திருப்பெருந்துறை ஆலயத்தில் குடிகொண்டு அருள்

பாலிக்கும் பரசிவனே என்றும் உறுதிபட்ட மனதால், அத்தலத்தையே தமது இருப்பிடமாகக் கொண்டு, சிவப்பணி செய்த செம்மல் மாணிக்கவாசகப் பெருந்தகை.

ஆதிகுரு தக்ஷிணாமூர்த்தியாய், கல்லால மரத்தின் கீழ் அமர்ந்து, மௌனத்தால் பெருவிளக்கம் கொடுத்துக் காத்த பரசிவமே, கோகழியின் கீழ் அமர்ந்து, நம் ஆசிரியருக்கும், ஆசிரியராய் அருள்பாலித்திருக்கிறார்.

4. ஆகமம் ஆகிநின்று அண்ணிப்பான் தாள் வாழ்க

மறை பொருளாகி (ஆகமம் ஆகி) மெய்யாக நிலைத்து (நின்று), நம்மை ஏற்று அருள் தருகின்ற இறைவனது (அண்ணிப்பான்) திருவடிகளைப் பணிவோம் (தாள் வாழ்க).

ஆதிகுருவாகிய பரமசிவன், எல்லா ஆகமங்களினாலும் போற்றப்படுகின்ற பேரான பொருள்.

'ஆகமம்' எனும் சம்ஸ்கிருதச் சொல், வேதங்களையும், வேத நியமங்களையும் குறிப்பது. 'அண்ணுதல்' என்றால் 'ஏற்றுக் கொள்ளல்' என்பது பொருள். எனவே, வேதங்களாக விளங்குபவனும், நம்மை ஏற்று அருள்பவனுமாகிய இறைவனது திருவடிகளைப் பணிவோம்.

எல்லா உயிர்களுக்கும், தரும நெறிகளையும், நற்பண்புகளையும் கொடுத்து, அவ்வுயிர்கள் பிறக்கும் உலகங்களில் எல்லாம், அல்லன விலக்கி, நல்லன பெறுகின்ற வழிகளைக் காட்டும் திருமறைகளே ஆகமம் ஆகும்.

செயலாற்றவும், அனுபவிக்கவும் பிறந்த உயிர்களுக்கு, 'ஜீவன்' என்பது பெயர். எனவே ஒவ்வொரு ஜீவனும், செயலாற்றுவதால்

'கர்த்தா' எனவும், அதன் பலனை அனுபவிப்பதால் 'போக்தா' எனவும் உலகில் இருக்கிறான். எனவே வாழ்வாதாரத்திற்கான பொருளும் (அர்த்த:), அனுபவத்திற்கான சுகமும் (காம:), அவற்றை அறவழியிலே பெறுகின்ற நெறியும் (தர்ம:) ஒவ்வொரு மனிதரின் குறிக்கோள். இவையே அறம், பொருள், இன்பம் என மனிதருக்கு வாழ்க்கைக் குறிக்கோள்கள் எனத் தமிழ்மறை காட்டுகின்றது. இவற்றை எல்லாம் விளக்கி, தர்மத்தைப் புகட்டுவதனால், ஆகமங்கள் 'தர்ம சாஸ்திரம்' எனப்படுகிறது.

அதன்படி, அறமொழுகிய வாழ்வினை ஏற்பவர்கள், அதன் பயனால், தூய மனமும், தெளிந்த அறிவும் கொண்டவர்களாகி, ஓர் காலத்தில் அறிவின் முதிர்ச்சியால், உலகம் அல்லது 'ஜகத்' என்பது என்ன, உலகங்களை அனுபவிக்கும் 'ஜீவன்' என்பவன் யார், இவற்றுக்கெல்லாம் காரணமாகிய 'ஈஸ்வரன்' யார், ஜீவனுக்கும் ஈஸ்வரனுக்கும் என்ன தொடர்பு என்றெல்லாம் வினவி, பிறகு விடாமல், விடையினைத் தேடும் பயணத்தில் ஆழ்வர்.

அவர்களே தர்மப் பாதையிலே நடந்து, ஞானப் படிகளிலே ஏறுபவர்கள். அவர்களுக்குப் படிப்படியாக உண்மையைக் காட்டி, இறுதியில் 'இறைந்து' கிடக்கும் 'இறைவனையும்', கடந்து உள்ளிருக்கும் 'கடவுளையும்' தன்னுள்ளே காண வைக்கின்ற அறிவையும், வேதங்களே தருகின்றன. அதனால் ஆகமங்கள், 'ஞான சாஸ்திரம்' எனவும் ஆகின்றன.

இவ்வாறு, 'தர்ம சாஸ்திரம்', 'ஞான சாஸ்திரம்' என உலகியல் வாழ்வுக்கும், உளசிவ ஆய்வுக்கும் காரண அறிவாக 'ஆகி', ஆனாலும் மாற்றமில்லா உண்மையாக மட்டுமே 'நிற்கின்ற' இறைவன் என்பதைத்தான் 'ஆகமம் ஆகி நின்ற' எனும் சொற்கள் காட்டுகின்றன.

இவ்வரிகளின் மூலம், உள்ளதும், உணர்வதுமாய் இருக்கும் ஆத்மா, 'சத்சித்' எனும் மாறாத ஞானவடிவம் என்பதும் காட்டப்பட்டது.

5. ஏகன் அநேகன் இறைவன் அடிவாழ்க

ஈரற்றவனாய் (ஏகன்) எண்ணற்றவனாய் (அனேகன்) விளங்கும் இறைவனது திருவடிகளைப் பணிவோம் (இறைவன் அடி வாழ்க)

'ஏகம்' எனும் சம்ஸ்கிருதச் சொல்லுக்கு 'ஒன்றானது' எனப் பொருள். அனைத் தழுவியே, தமிழில் 'ஏகன்' எனும் சொல்லினால், 'ஒன்றேயானவன்' எனப் பொருள் கொள்ளப்பட்டது. அதைப் போலவே 'அனேகம்' எனும் 'ஒன்றல்லாத பல' எனும் சொல், தமிழில் 'அனேகன்' அல்லது 'பலவுமாய் இருப்பவன்' என்று கொள்ளப்பட்டது.

ஒருவனாகிய இறைவனே, பல வடிவமாயும் விளங்குகின்றான் என்றால், பார்க்கும் எல்லா வடிவங்களிலும் இறைவனே இருக்க வேண்டும். எல்லாமே இறைவடிவம் என்று ஏற்றால், பிறகு தீயது என்றோ, குறையானது என்றோ, எதுவுமே உலகில் இல்லையல்லவா! அதனால் யாவும் புனிதமானது என்றும், யாதையும் தீதற நோக்கி, எவரையும் சமமாய் ஏற்க வேண்டும் எனும் பண்பினையும் நாம் அடைய விழைகிறோம்.

'சமநோக்கு' எனும் அத்தகைய உயர்–பண்புதான் நம்முடைய ஸநாதன தர்மத்தின் மிகப் பெரிய சக்தி. இப்பண்பினை உறுதிப்படுத்தத்தான், உருவிலாக் கடவுளையும் பல உருவங்களாகத் தொழுகின்றோம். அப்படிச் செய்வதால், எல்லா உருவங்களிலும் இறைவன் இருப்பதாகக் கண்டு ஒழுகவும், அதனால் உலகில் 'அன்பினாலேயே' அனைவரையும், அனைத்தையும் ஏற்றுக்

கொள்கின்ற பக்குவத்தையும் நாம் விதைக்கின்றோம். அதனால் உருவ வழிபாடு, நமது முன்னேற்றத்துக்குக் காரணம் என நாம் ஏற்றுக் கொள்கிறோம்.

6. வேகம் கெடுத்தாண்ட வேந்தன் அடிவெல்க

அலை பாய்கின்ற எண்ணங்களின் சிக்கலை (வேகம்) முடித்து (கெடுத்து) நம்மை ஆட்கொள்கின்ற தலைவனுடைய (ஆண்ட வேந்தன்) திருவடிகளைப் பணிவோம் (அடி வெல்க).

'வேக:' எனும் சம்ஸ்கிருத மூலச் சொல்லுக்குத் தமிழில் 'விரைவு', 'குழப்பம்', 'விளைவு', 'சிக்கல்' என்றெல்லாம் பொருள் உண்டு. நம்முடைய மனமே, ஒன்று விட்டு ஒன்றில் ஓடிக் கொண்டிருப்பதும், குழப்புவதும், வினைப் பயனை விளைப்பதும், பிறவிச் சிக்கலில் பிணைப்பதும் ஆகிய எல்லாவற்றுக்கும் காரணமாக இருக்கிறது. எனவே மனதின் வேகத்தைக் கெடுப்பதனால், அதாவது, மனதின் அலைக்கழிப்பை நிறுத்தி, எண்ணங்களைச் சீரமைப்பதினால், நமக்கு விடுதலை கிடைக்கிறது.

'சித்த சுத்தி, த்ருட புத்தி' அதாவது 'தெளிந்த மனம், உறுதியான அறிவு' எனும் நிலையை அடைவதே இறைவனை உணர, நாம் முதலில் அடைய வேண்டிய தகுதி. இதனை அடையச் செய்வதே பக்தி, யோகம் முதலான பாதைகள்.

பதஞ்சலியின் யோக சூத்திரம், 'யோகம் சித்த விருத்தி நிரோத:' அதாவது, 'யோகம் என்பது எண்ணங்களின் எழுச்சியைச் சீர் செய்வது' என யோகத்தின் இலக்கணத்தைக் காட்டுகின்றது. அந்த யோகத்தைத் தரும் நல்லாசிரியன் இறைவனே. அவனே நம்மை ஆளும் மன்னன். எனவே அன்னாரின் திருவடிகளில் பணிவோம் என்பதும் இவ்வரிகளின் பொருள்.

'வெல்க' என்பதும் 'வாழ்க' என்பதைப் போலவே, இறைவனை வழுத்துகின்ற சொல்.

ஒரு சிலர் இவ்வரியினை, 'வேதம் கெடுத்தாண்ட வேந்தன் அடி வெல்க' எனவும் உரைப்பர்.

வேதங்கள் காட்டும் அறிவையும் (வேதம்) முடித்து (கெடுத்து) நம்மை ஆட்கொள்கின்ற தலைவனுடைய (ஆண்ட வேந்தன்) திருவடிகளைப் பணிவோம் (அடி வெல்க).

ஆகமம் ஆகி நின்ற பரம்பொருளே, ஆகமமாகிய வேதங்களையும் 'கெடுத்து ஆளுகின்ற தலைவன்' என்று மாணிக்கவாசகர் அழைக்கிறார்.

'கெடுத்து' என்பதற்கு, 'முடித்து' என்பதே இவ்விடத்தில் பொருள். வேதம் என்பதற்கு அறிவு என்பது பொருள். உலக வாழ்க்கைக்குத் தேவையான அறவழிகளையும், உயர்வான இறைவனை உணர்வதற்கான ஞானத்தையும் தருவதற்காக அமைந்த அறிவே வேதம் ஆகும். ஆனால், இறைவனை உணர்தல் என்பது, இறைவனோடு உறைதல் அல்லது ஒன்றுதல் என்பதாகும். அது உணரப்படுவது, அறியப்படுவதல்ல. அறிவாகவே ஆகி விடுவது.

நம்முள் 'அறிபவன் யார்' எனும் வினாவிற்கு, நமது அறிவினால் எப்படி விடை காண முடியும்!

பொதுவாக ஒன்றை அறிகிறோம் என்றால், அங்கே 'அறிபவன்', 'அறியப்படும் பொருள்', 'அறிவதற்கான கருவி' என மூன்று வேறுபாடுகளும் இருக்கும். அறிவினையும் கடந்து இருப்பதே கடவுள் என்றால், 'அறிபவன் யார்' எனும் வினாவிற்கே அங்கே வழியில்லை அல்லவா? அப்படியானால், கடவுளை உணர

வேண்டுமானால், அறிவும் முடிய வேண்டும்! அறிவின் முடிவுதான் 'வேத அந்தம்' அல்லது 'வேதாந்தம்'. எனவேதான் 'வேதம் கெடுத்து ஆண்ட வேந்தன்' என்பதால், அறிவின் முடிவுக்கு அப்பால், அறிவின் ஒளியாக மட்டுமே, எவ்விதக் கட்டுப்பாடும் இல்லாமல், ஆளுமை கொண்டதாக ஆன்மா இருக்கிறது என்பது பொருளாகிறது.

7. பிறப்பறுக்கும் பிஞ்ஞகன்தன் பெய்கழல்கள் வெல்க

பிறவியாகிய துயரை அறுக்கின்ற (பிறப்பறுக்கும்) பரசிவனுடைய (பிஞ்ஞகன் தன்) கருணை மழையைப் பெய்கின்ற திருவடிக் கழல்களை (பெய்கழல்கள்) வணங்குவோம் (வெல்க).

பிறவி ஏன் துயரமாகிறது?

அதற்கு அறியாமையே காரணம் என அருமறைகள் உரைக்கின்றன. அறியாமையே பிறவியைத் துயரமாக மாற்றுகின்றது. அறியாமையினாலேயே, மனதில் எழும் எண்ணங்களினால் ஆளப்பட்டு, சுகம், துக்கம், மயக்கம் எனும் விளைவுகளினால் மாறி மாறிப் பாதிக்கப்பட்டு, பிறவி எனும் சுழற்சியிலேயே நாம் வீழ நேரிடுகிறது. மயக்கத்தினால், சுகம்–துக்கம், வேண்டுதல்–வேண்டாமை, விருப்பு–வெறுப்பு என எதிர்ப்படையான இருவகைப் பூட்டுக்களால் இறுகப் பூட்டப்பட்டு, செக்கில் சிக்கிய மாட்டினைப் போல, நம்மைப் பிறவிதோறும் உழல வைக்கிறது. இதுவே 'சம்சாரம்' எனப்படும்.

இதையே பதஞ்சலியின் யோக சூத்திரம் 'வ்ருத்தி ஸாரூப்யம் இதரத்ர' எனக் கூறி, மனதைச் சீர்படுத்த முடியாத ஒருவன், அவனுக்குள் எழுகின்ற எண்ணங்களின் (விருத்தி) வடிவங்களாகவே மாறிக் கொண்டு (ஸாரூப்ய) தன்னிலை இழந்தவன் (இதரத்ர) ஆகிறான் எனக் காட்டுகிறது.

எனவே 'தந்நிலை இழத்தலே' சம்சாரம் எனும் துயர். 'பிறந்தாலும், இறந்தாலும், ஆத்மாவாகிய யான், ஒருபோதும் பிறவாதவன், அதனால் இறவாதவன்' எனும் உண்மையை மறப்பதுதான் சம்சாரத் துயருக்குக் காரணம். அதனாலேயே நாம் வேற்றுமையை மட்டுமே பார்க்கிறோம். விருப்பு, வெறுப்பு என வேறுபாடுகள் தோன்றி, சுக-துக்க மாற்றங்களாகிய வலைக்குள் மாட்டிக் கொள்கிறோம். அதனால் 'முழுநிறைவு' நமக்கு எப்போதும் ஏற்படுவதில்லை.

'முழுநிறைவு'தான் முக்தி. அதுதான் சம்சாரத் துயரிலிருந்து அறுக்கப்பட்ட விடுதலை.

உலகமும், உயிர்களும் இறைவனின் திருவிளையாடல் என்றால், படைக்கப்பட்ட தோற்றங்கள் எல்லாமும் 'சம்சாரம்' எனும் துயராகிவிடுகிறதே என்ற ஐயம் நமக்கு வரலாம். பிறவி என்பதால் மட்டுமே, அது சம்சாரத் துயர் என்பதில்லை. பிறவி எடுத்த போதிலும், 'தந்நிலை' இழக்காமல் வாழும் தகைமை ஒருவனுக்கு இருந்தால், அவனுக்குப் பிறவி என்பது ஒரு விளையாட்டாகவும், வாழும்போதே விடுதலை அடைந்தவன் அல்லது 'ஜீவன் முக்தன்' எனும் நற்பேறும் வாய்க்கும். எனவேதான், மனிதப் பிறவி ஒரு சம்சாரத் துயர் என்று காட்டிய திருமறைகளே, மனிதப் பிறவி, விடுதலைக்கான மகத்தான வாய்ப்பு என்றும் காட்டுகின்றன.

பிறப்பும், இறப்பும் வெறும் தோற்ற மாயை எனும் பேரறிவினால், உடலோடு வாழும்போதே ஒருவரால் விடுதலை பெற முடியும். இதைக் காட்டத்தான் பகவான் கிருஷ்ணரும், பல்வேறு தவசீலர்களும் அவதரித்து, வாழ்ந்து காட்டி இருக்கிறார்கள். பிறப்பினை அறுக்கும் அருளினைத் தருகின்ற இறைவன், தன்னைச் சிந்திக்காதவர்களுக்கு மிகத் தொலைவிலும், சிந்திப்பவருக்கு மிக

அருகிலும் இருக்கிறான் என்பதை அடுத்த வரிகளில் காட்டுகின்றார் மாணிக்கவாசகப் பெருந்தகை.

8. **புறத்தார்க்குச் சேயோன் தன் பூங்கழல்கள் வெல்க**

அகப்படும் சிவத்தை உணராமல், இறைச் சிந்தனையை மனதில் கொள்ளாதவர்களுக்கு (புறத்தார்க்கு), எட்டாத் தொலைவில் இருப்பவனான (சேயோன்) இறைவனின் மலர்ப்பாதங்களைப் (தன் பூங்கழல்கள்) பணிவோம்.

'சேயோன்' எனும் சொல்லுக்கு, சிவன், சிறந்தவன், சிவந்தவன், எட்ட முடியாத் தொலைவில் இருப்பவன் என்றெல்லாம் பொருள் உண்டு. இறைச் சிந்தனை ஊறிய உள்ளத்தில் மட்டுமே, கடவுளாக ஒளிரும் சிவத்தினால், அவர்தம் அகம் விளங்கும். அதனாலேயே, எண்ணுவோரின் எண்ணத்துள், மிக மிக அருகில் இறைவன் தன்னைக் காட்டுகின்றான். இறைச் சிந்தனை இல்லாதோருக்கு, அவருள் இறையுணர்வு ஒளிர்ந்தாலும், அது ஒளிந்தே இருக்கும். அதனால் இறைவன், ஒரு எட்ட முடியாத பொருளாகவே அவர்களுக்குத் தோன்றும்.

9. **கரங்குவிவார் உள்மகிழும் கோன்கழல்கள் வெல்க**

கரங்களைக் குவித்து வணங்குபவரின் (கரம் குவிவார்), உள்ளத்தினுள்ளேயே மகிழ்ச்சி திளைக்க (உள் மகிழும்) அருள் தருகின்ற தலைவனின் (கோன்) திருவடிகளைப் பணிவோம் (கழல்கள் வெல்க).

இறைச் சிந்தனையால் உந்தப்பட்டு, உள்ளும், வெளியுமாய் நிறைந்திருக்கும் பரம்பொருளை 'எப்படி ஆராதிப்பேன்' எனத் தெரியாமல் வியந்து, 'வேறு வழியில்லை ஐயா' எனப் பணிந்து, தமது இரு கைகளையும் சேர்த்துத் தலைமேல் உயர்த்திக் குவித்து,

சிவனுருவை உருகிப் பணிகின்ற அடியார்களையே, இங்கே 'கரம் குவிவார்' எனும் சொற்றொடர் காட்டுகின்றது.

மெய்யடியார்கள், இறைந்த பரம்பொருளை, தமது இரு விழிகளாலா பார்க்க இயலும் என வியந்து, தம் விழிகளை மூட, அதுபோது, 'இதோ' என அவருள்ளே, கடந்து ஒளிரும் கடவுளெனும் உணர்வைக் கண்டு, அதனால் உள்ளம் மகிழ்ந்து கிடப்பார்கள். அத்தகைய அடியார்களை ஆளுகின்ற தலைவனே இறைவன். அவ்விறைவனின் திருவடியில் மிளிரும் கழல்களாகிய அணிகலனை வணங்குவோம்.

10. சிரம்குவிவார் ஓங்குவிக்கும் சீரோன் கழல் வெல்க

பணிவும், மன முனைவும் கொண்ட அடியார்களை (*சிரம் குவிவார்*) உயர வைக்கும் (*ஓங்குவிக்கும்*), ஒழுக்க சீலனாகிய இறைவனது (*சீரோன்*) திருவடிகளைப் பணிவோம் (*கழல் வெல்க*).

கரம் குவித்த மெய்யடியார்களே, பணிவினால் இறைவனைச் சரணடைந்து பெரும் பயன் பெறுகிறார்கள். அடைக்கலம் நாடிப் பணிந்தோரை புகழோங்கச் செய்பவன் இறைவன்.

'சிரம்' என்பதற்குத் 'தலை' என்பது பொருளாயினும், இங்கே 'மனம், சித்தம், புத்தி, அகங்காரம்' எனும் உட்கருவிகள் சுட்டிக் காட்டப்பட்டன. இவை நான்குமே, மனதின் நான்கு விதமான தோற்றங்கள்தான்.

தோன்றி மறையும் எண்ணங்களால் அலைக்கழித்திருப்பது முதல் அந்தகரணமாகிய 'மனம்'. அதன் விளைவால் எண்ணங்களைப் பதித்து இருப்பதே ஆழ்மனமாகிய 'சித்தம்'. எண்ணங்களை எல்லாம் ஆராய்ந்து முடிவெடுப்பதே 'புத்தி'. இது

நான், இவையெல்லாம் என்னால் செய்யப்படுவன' என்று, தவறான அடையாளங்களில் தன்னைப் பொருத்தி ஆணவமாய் இருப்பதே 'அகங்காரம்' எனப்படுவது. இந்த நான்கு உட்கருவிகளின் தொகுப்பே, 'சூக்ஷ்ம சரீரம்' எனும், நமக்குள் விளங்கும் மெல்லுடல் ஆகும்.

இந்த உட்கருவிகளின் குழப்பத்துக்குக் காரணம், மனதில் எண்ணங்கள் சீர்மை இல்லாமல் போவதே. மனமும், சித்தமும் எண்ணங்களைச் சீர்படுத்தாவிட்டால், புத்தியும் பிறழும். 'நான்' எனும் தவறான செருக்கு பெருக்கும்.

இங்கே 'சிரம் குவிவார்' எனும் சொற்களினால், மாணிக்கவாசகர், உட்கரணங்கள் சீர்பட்டதால் மனமும், சித்தமும் தெளிந்து, புத்தியும் உறுதிப்பட, ஆணவம் அழிந்து, இறைவனின் தாளில் பணிகின்ற மெய்யடியார்களையே குறிக்கின்றார். குவிதல் என்பது, ஒருவரின் மனம் ஒருமுனைப் படுதல். அத்துடன், ஆணவம் இன்றிப் பணிதல். அப்படிப் பணிவார் அடையும் பயனாக, அவர்களை, உலகில் எல்லாப் பேறுகளும் பெற்று உயரச் செய்கிறான் இறைவன். அவனே 'ஓங்குவிப்பவன்'. அவனே நம்முள் 'சீர்' செய்கின்ற 'சீரோன்'.

இறைவனே நம்மைச் சீர் செய்பவன் என்றால், நம்முடைய அந்தகரணங்களைச் சீர்படுத்த, இறையருள் மட்டுமே கதி. இந்த நந்நம்பிக்கையே இவ்வரிகளில் விளையும் முத்து.

11. ஈசன் அடிபோற்றி எந்தை அடிபோற்றி

12. தேசன் அடிபோற்றி சிவன் சேவடி போற்றி

இறைவனின் திருவடிகளைப் பணிவோம் (ஈசன் அடி போற்றி), என் தந்தையின் திருவடிகளைப் பணிவோம்

(எந்தை அடி போற்றி)

இவ்வரிகளில் மாணிக்கவாசகர், இறைவனது திருவடிகளைக் கூவித் தொழுகின்ற பெரும் மகிழ்ச்சி தெரிகின்றது.

'தேசன்' என்பதற்கு இரு பொருள் உள்ளன.

'தேஜ்' எனும் வடமொழிச் சொல்லின் திரிபாக, 'ஒளியாகிய இறைவன்' என்பது ஒரு பொருள். எனவே, 'தேவதேவம்' அல்லது 'ஒளிக்கு ஒளியான சக்தி' என வேதங்கள் அழைக்கின்ற சிவபிரானை, 'ஒளியே' என்று மாணிக்கவாசகர் அழைக்கின்றார்.

மற்றொரு வகையில் 'தேச' எனும் சொல்லை 'வெளி அல்லது இடம்' எனும் பொருளுக்கு எடுத்துக் கொள்ளலாம். காலமும் தேசமும் உலகின் எல்லா மாற்றங்களுக்கெல்லாம் ஆதாரமாகிய அளவு கோல்கள். ஆனால், காலமும், தேசமும் இறைவனது சக்திக்குள் அடங்கி இருப்பன.

இங்கே 'தேசனே, சிவனே' எனும் சொற்களினால், 'எங்கும் நீக்கமற நிறைகின்ற', இறைவனாக சிவனை அழைத்து, அன்னாரின் திருவடிகளைப் போற்றுகின்றார், திருவாதவூரார்.

13. ஞேயத்தே நின்ற நிமலன் அடி போற்றி

அறிவினூடே (ஞேயத்தே) நிலையாக இருக்கும் (நின்ற) களங்கமற்ற இறைவனின் திருவடிகளைப் (நிமலன் அடி) பணிவோம் (போற்றி).

எல்லா அறிவுக்கும் அறிவாய் இருப்பதே பரம்பொருள். கண் பார்க்கிறது, செவி கேட்கிறது, நாசி மணக்கிறது, நாக்கு ருசிக்கிறது, தோல் உணர்கிறது என்றெல்லாம் புலனறிவின் சக்தியை நாம் கூறினாலும், புலன்களின் இத்தகைய குறிப்பிட்ட அறிவு (விசேஷ

ஞானம்), அந்தகரணமாகிய மனதின் ஆதார அறிவினை (சாமான்ய ஞானம்) ஆதாரமாகக் கொண்டது. மனம் ஈடுபடாதபோது, புலனறிவுகள் முழுமை அடைவதில்லை.

ஆனால், மனமும் ஒரு சடப் பொருளே. ஆழ்துயில் நிலையில் மனத்தின் சடத்தன்மை நமக்குத் தெரியும். நினைவு, மறதி என மனதின் அறிவாற்றலும், வேறொரு அறிவொளியினாலேயே நடக்கிறது. அம்மூல அறிவுச் சக்தியே (ஆத்ம சக்தி), 'ஞேயம்' எனும் அறிவொளி. அவ்வறிவின் ஒளியாக மிளிர்கின்ற ஆத்மாவே கடவுள். மனதிற்கும் அப்பாற்பட்டு ஆத்மா இருப்பதால், அது எவ்விதக் களங்கமும் இல்லாமல் இருக்கின்றது. எனவே அது நிர்மலம். (நிமலன்).

சத் (உள்ளது), சித் (உணர்வது), ஆனந்தம் (பெருமகிழ்வுறுவது) எனத் திகழும் 'சச்சிதானந்தம்' ஆகிய ஆத்மாவின், சித் எனும் ஞேய நிலையை, மணிவாசகர் இவ்வரியில் எடுத்துக் காட்டுகின்றார்.

14. மாயப் பிறப்பு அறுக்கும் மன்னன் அடி போற்றி

விளக்க முடியாத தோற்ற மாயையாகிய பிறவி எனும் கயிற்றை (மாயப்பிறப்பு) அறுத்தருள்கின்ற தலைவனின் (அறுக்கும் மன்னன்) திருவடிகளைப் பணிவோம் (அடி போற்றி).

அருமறைகளின்படி, 'மாயை' என்பது உண்மையுமன்று, நமக்கு அனுபவங்களைத் தருவதால், அது பொய்யும் அன்று. எனவே 'மாயப் பிறப்பு' எனும் சொற்றொடரால், நாம் எடுக்கும் பிறவிகள் உண்மையல்ல எனினும், அவற்றால் நமக்கு அனுபவமும், பாதிப்புக்களும் ஏற்படுவதால், அவை பொய்யுமல்ல எனவும் நாம் புரிந்து கொள்ள வேண்டும்.

உண்மையில்லாதவை எப்படி நமக்கு அனுபவத்தைத் தரும்?

கானல் நீரைப் பார்த்தவருக்குத் தாகம் அதிகரிப்பதுபோல, கயிற்றிலே பாம்பு இருப்பதாய் நம்பியவருக்குப் பயம் வருவது போல, பிறவியும் உண்மையெனப் பார்க்கப்படும்போது, அது சுக, துக்க அனுபவங்களைக் கொடுப்பதாகவும், அதைப் பொய்யென உணரும்போது, எவ்விதப் பாதிப்பும் தராத ஒரு விளையாட்டாகவும் ஆகி விடுகிறது.

'அல்லற் பிறவி அறுப்பான்' எனப் பிறவித் துன்பத்தைக் களைபவன் இறைவன் என்று வேறிடத்தில் கூறிய மாணிக்க வாசகர், இங்கே 'மாயப் பிறப்பு' எனக் காட்டியதனால், பிறப்பினை அறுப்பது என்பது 'பிறவி ஒரு மாயம்' எனும் ஞானத்தில் நிலைப்பதினாலே மட்டுமே முடியும் என்பதையும் காட்டுகின்றார். அதாவது, உண்மை அறிவினாலேயே, பிறவிப் பிணியினை நீக்க முடியும்.

'மாயப் பிறப்பு அழிக்கும்' எனச் சொல்லாமல் 'மாயப் பிறப்பு அறுக்கும்' எனச் சொன்னது ஏன்?

பிறவிகளுக்குக் காரணம் நமது ஆசை. அது ஓர் பெருங்கயிறு (பாசம்). உயிர்களாகிய நாம் எல்லாம் பிறவியாகிய நிலத்தில் மேய்கின்ற விலங்குகள் (பசு).

இறைவனே இப்பசுக்களை மேய்க்கின்ற தலைவன் (பதி). பல வகையான மேய்நிலங்களைக் காணவும், அனுபவித்து வாழவும், பசுக்களைக் கட்டி இழுத்துச் செல்கின்ற ஆசைக் கயிறுதான் பாசம்.

எல்லா நிலங்களும், வளங்களும் (அதாவது அறியாமையாகிய பிறவி அனுபவங்களும்) உண்மையான பசியினைப் போக்கவில்லை (முழுநிறைவைத் தரவில்லை) எனத் தெளியும் வரை, பசுவாய்த்

திரிந்து பசியால் வாடுவது, எல்லா உயிர்களின் வாடிக்கையாய் இருக்கும். பதியுடன் இணைந்தால் மட்டுமே, பசியின்றி, முழுமையான நிறைவோடு இருக்கலாம் என்ற ஞானமும் வந்தவுடனே, பசுக்களாகிய நாம் வேண்டுவது, பாசமாகிய கயிற்றை அறுக்கின்ற வாள். அதுவே இறைவனின் தாள்.

நல்வினையினால், நாம் அதில் வீழ, பாசக் கயிறு அறுபட்டு, பசுபதியான இறைவனின் திருவடிகளில், நாம் நிலை பெறலாம். அவ்வாறு, பாசத்தை அறுத்து நம்மை ஆட்கொள்ளும் தலைவன் என்று இறைவனை இவ்வரிகள் புகழ்கின்றன.

15. சீரார் பெருந்துறை நம் தேவன் அடி போற்றி

திருப்பெருந்துறையில் இருக்கும் (பெருந்துறை) மன ஒழுக்கத்தை விளைவிக்கும் (சீரார்), நமது தலைவனின் (நம் தேவன்) திருவடிகளைப் பணிவோம் (அடி போற்றி).

மாயப் பிறவியை அறுக்கும் வாள், இறைவனின் தாள் என்று பணிந்தவுடனே, நமது தலைவனாகிய இறைவனது திருவடிகளே, மனச் சீர்மையைத் தருகின்ற பெரிய இடமாக, நமக்குத் தெளிகின்றது.

எனவே, எங்கே மனம் சீர்மை அடைகின்றதோ, அங்கேதான் 'திருப்பெருந்துறை' இருக்கின்றது. அங்கேதான் தேவனின் திருவடிகள் மிளிர்கின்றது. திருவாகிய மிகப் பெரும் செல்வம், பெருகி இருக்கின்ற இடமே திருப்பெருந்துறை. அதுவே ஆன்மா சுடர்விடுகின்ற ஆழ்மனக் கோவில்.

16. ஆராத இன்பம் அருளும் மலை போற்றி

அவ்வாறு, மனச் சீர்மையினால், நமக்குள் இறைச் சிந்தனை வளர வளர, நம்முள் வற்றாத, திகட்டாத

பேரின்பத்தை (ஆராத இன்பம்), அருளருவியாக வழிந்தோடச் செய்கின்ற உயர்வினைப் பணிவோம் (அருளும் மலை போற்றி).

திருக்கயிலை, திருவண்ணாமலை எனத் திருமலைகளை மெய்யடியார்கள் சிவமெனச் சேவிப்பர். திருமலைகளில் பெருகி வழிந்து, பெரும் சுகத்தில் ஆழ்த்தும் சிவானந்தலஹரீ எனும் பரசிவ சுகப் பெருவெள்ளமாக, சிவச் சிந்தனையை யாசிப்பர். இவற்றையே இவ்வரிகளில் நினைவூட்டுகிறார் திருவாதவூரார்.

17. சிவன் அவன் என்சிந்தையுள் நின்ற அதனால்
18. அவன் அருளாலே அவன் தாள் வணங்கிச்

ஆத்மாவாய் என் உள்ளத்துள் சிவன் (சிவனவன் என் சிந்தையுள்) நிலையாக இருப்பதை அறியும் பயனாக (நின்ற அதனால்)

அவனுடைய அருளின் விளைவாகவே (அவன் அருளாலே), ஆத்ம சிந்தனையிலே பணிகின்ற (அவன் தாள் வணங்கி)

சிவபிரான், நம்முடைய அறிவுள், அறிவாய் இருக்கின்றார். அதுவே ஆத்ம சக்தி. அதன் கருணையினாலேயே, அப்பேருண்மையை இடைவிடாமல் நாடித் துதிக்கின்ற மனத்தெளிவும், திட அறிவும் நமக்கு கிடைக்கிறது.

'சிந்தையுள் சிவன்' எனச் சொன்னது, புலன், மனம், அறிவு எல்லாவற்றுக்கும் ஆதாரமாக இருக்கும் ஆத்மா என்பதே. அதன் வெளிப்பாடே, 'நான்' எனும் உள்ளுணர்வு. பிறந்த குழந்தைக்கும்கூட, 'தான்' எனும் உணர்வு இயற்கையிலேயே

இருக்கின்றது. அது முயற்சியால் அடையப்படுவதல்ல, கல்வியால் 'அறியப்படுவதல்ல'.

ஒன்று அறியப்படுகின்றது என்றால், அறிபவன், அறியப்படும் பொருள் என இருமை வந்து விடும். ஆத்மா அறியப்படுவதில்லை. ஆத்மாவில், அறிவதும், அறிவும் ஒன்றாகவே இருக்கிறது. 'உள்ளதும், உணர்வதும்' என ஆத்மா, 'சத்-சித்' வடிவமாக இருக்கின்றது. அதன் ஒளியினாலேயே, மற்ற கரணங்கள் – மனம், புத்தி, புலன் என எல்லாமும் ஒளியைப் பெறுகின்றன.

ஆனால் கரணங்களோ, தாம் வெறும் சடம் என்பதை மறந்து, தாமே ஒளிர்வதாக மயங்கி, ஆத்மனைப் பிரதிபலிக்கும் தமது தன்மையை வெளித் தோற்றங்களில் வீணடித்து, சம்சாரத் துயரத்தில் நம்மை ஆழ்த்துகின்றன.

வெளியில் இருக்கும் ஒளி இருளை அகற்றினாலும், அதனால் இருளைக் காட்ட முடியாது. சூரியனால் இருளைக் காட்ட முடியுமோ? ஆனால், அச்சூரியனையும் காட்டி, இருளையும் காட்டி, 'அது ஒளி, இது இருள்' எனும் அறிவினைத் தருவதும், அறிவின் ஒளியான ஆத்மாவே ஆகும். அதுவே இறையொளி.

அந்த இறையொளியாலேயே எல்லாம் அறியப்படுவதால், இறைவனின் அருள் நமக்கு இருந்தால் மட்டுமே, பேருண்மையை நாடுகின்ற அறிவும், விருப்பமும் நமக்குள் வரும். இதனையே இவ்விரு அடிகளும் காட்டுகின்றன.

19. **சிந்தை மகிழச் சிவ புராணம் தன்னை**

உள்ளம் தன்னுள்ளேயே முழுநிறைவு அடைய (*சிந்தை மகிழ*) சிவபிரானது பெருமைகளை (*சிவபுராணம் தன்னை*)

சரி, இறைவனது கருணையினால், நமக்குள் இறையடியை நாடவேண்டும் என்று தோன்றட்டும். அப்படித் தோன்றுவதால், நம்மில் என்ன மாற்றம் வருகிறது?

இறைச் சிந்தனை வந்து விட்டால், இறைவனைப் பற்றிய இனிய எண்ணங்களே, இமைப் பொழுதும் நீங்காமல் மனதில் இருக்கும். சிவபுராணம் முதலான இறையருட்கதைகளையும், பாடல்களையும் எப்பொழுதும் இயற்றி, இசைத்து, கேட்டுச் சுவைத்து, அதனால், மனம் முழுதும், மாறாத சுகம் பரவிக் கிடக்கும். வெளியிலே இன்பத்தை நாடாமல், சிவ நினைவால், முழுமையான இன்பம் உள்ளத்திலே விளையும்.

20. முந்தை வினைமுழுதும் ஓய உரைப்பன் யான்

குவிக்கப்பட்ட வினைப் பயன் எல்லாம் (முந்தை வினை முழுதும்), எவ்விதப் பாதிப்பும் தர இயலாதவாறு (ஓய), யான் எப்போதும் கூறுவேன் (உரைப்பன் யான்).

அவ்வாறு சிந்தை மகிழ, இறைச்சிந்தனை வளர்ப்பதன் பயன் என்ன?

ஒளியில் இருள் மறைவது போல, நற்சிந்தனையின் பயனால், நம்முடைய வினைகளின் பாதிப்புக்கள் எல்லாம் ஓய்ந்துவிடும். 'முந்தை வினை முழுதும்' என்றால், முற்பிறவியில் குவித்து வைத்த, நம்மைப் பாதிக்கக் காத்திருக்கும் பாவ, புண்ணிய மூட்டைகள் எல்லாமும் என்பதாகும்.

பாவ புண்ணியங்கள் என்பன, நாம் ஆற்றிய கர்மங்களின் விளைவுகள். நாம் அனுபவிக்க வேண்டிய விளைவுகளை எல்லாம், நமது செயல்களே தீர்மானிக்கின்றன. சேமித்து வைத்த பாவ புண்ணிய மூட்டைகளை அனுபவித்தே ஆக வேண்டும் என்பதால்,

அந்த அனுபவங்களுக்கு ஏற்ற வகையில், உடலும், கால தேச சூழ்நிலைகளும் நமக்கு விளைகின்றன. இதுவே சம்சாரம் எனும் பெரு மரத்தின் வித்து. இவ்வுண்மையை உணர்ந்து, இறையடியில் நம்மைக் கிடத்திப் பணிந்து, மாயப் பிறவி அறுப்பவன் நம்முள் இருப்பவன் என உணர்ந்து, இறைவன் பெருமையை சிந்தை மகிழ நினைப்பவருக்கு, வைக்கோற் பொதியில் இட்ட நெருப்பாய், பகலில் மரித்த பனியாய், வினை மூட்டைகள், இறையருளில் வீழ்ந்து மறையும்.

மாணிக்கவாசகர், 'ஓயும்' என ஏன் சொன்னார், 'ஒழியும்' எனச் சொல்லி இருக்கலாமே என்றால், எங்கேயெல்லாம் 'இருமை' எனும் வேறுபாடு இருக்கிறதோ, அங்கெல்லாம் அறியாமை எனும் இருள், எப்போதும் இருக்கும். அதாவது, இறைவனை விட்டு விலகிய பசுக்களாக நாம் இருக்கும் வரை, வினைகளும், வினைகளால் அனுபவங்களும் நமக்கு ஓயாமல் வந்து கொண்டுதான் இருக்கும். அவை ஒருபோதும் ஒழிவதில்லை. அதனால், வினைகளின் ஒழிவு என்பது, இறைவனுடன் இரண்டறக் கலத்தல் என்பதால் மட்டுமே இயலும்.

பிறவியாய் இருக்கும் ஒவ்வொரு உயிர்களுக்கும், கர்ம விதி இருந்தாக வேண்டும். எனவே இங்கே 'ஓயும்' எனச் சொன்னதன் பொருள், வினை மூட்டைகள் ஒருவருக்கு எவ்வளவு பெரிதாக இருப்பினும், இறைவனது திருவடிகளில், எப்பொழுதும் சிந்தனையை இருத்தி மகிழ்ந்து இருப்பாரேயானால், அவ்வினை மூட்டைகள் 'ஒழியாமல்' போனாலும், 'ஓய்ந்தே' இருக்கும். அதாவது, அவற்றால் எந்தப் பாதிப்பும் இருக்காது.

'வறுத்த விதை முளைக்காது' என்பது போல, சிவனடியார் செய்கின்ற வினைகள் எதுவாயினும், அவை, ஆத்ம ஞானத்

தீயினால் வறுக்கப்பட்டு, எவ்விதப் பாதிப்பும் தராமல் வெறுமே பார்த்திருக்கும். ஒருவேளை, அவை வல்லுடலுக்கும், மெல்லுடலுக்கும் ஏற்கனவே பாதிப்பைத் தரத் தொடங்கி விட்டன என்றாலும், அவ்வுடல்களை ஒட்டாமல் இருக்கும் 'நான்' எனும் உணர்வுக்கு, அவையால் எவ்விதத் துயரமும் இருக்காது. அது, தன்னுடைய இயல்பான சுகத்துடன் எப்போதும் இருக்கும்.

'உரைப்பன் யான்' எனும் சொற்களினால், அத்தகைய பெரும் நலமான சிவபுராண உண்மையைத் தான் சொல்வதாக, மணிவாசகப் பெருமான் கூறுகின்றார்.

21. கண் நுதலான் தன்கருணைக் கண்காட்ட வந்தெய்தி

நெற்றிக் கண்ணை உடைய பெருமான் (கண் நுதலான்), தன்னுடைய திருவருளை, எமது விழிகளில் காட்டுவதற்காக (தன் கருணைக் கண் காட்ட) எமை வந்து அடைந்தான் (வந்தெய்தி)

நுதல் என்பதற்கு நெற்றி என்பது ஒரு பொருள். சிவபெருமான், நெற்றிக் கண்ணுடன் 'முக்கண்ணன்' என விளங்குகிறார். நெற்றிக் கண்ணைத் திறந்தால், எல்லா உலகங்களும் அழிந்து விடும், அக்கண், ஊழிக் காலத்தில் திறப்பது, அக்கண்ணின் தீயிலேதான் காமன் அழிந்தான் என்றெல்லாம் புராணங்கள் காட்டுகின்றன.

அழிக்கின்ற கண்களோ, சிவபெருமானின் கருணைக் கண்கள்! அல்ல! நுதற்கண்ணே முதற்கண். அதுவே முடிவுக்கண். அக்கண், ஈரற்றதான 'அத்வைத' ஞானத்தீயை அளிப்பது. அந்த ஞானம், அஞ்ஞானம் எனும் அறியாமையால் தாங்கிக் கொள்ள முடியாத அறிவுத் தணல். ஏன்?

அத்வைதமாகிய 'ஈரற்ற நிலை' என்பதன் பொருள் பரம்பொருளே யாவும், அப்பரம்பொருளை விட்டு வேறு யாதும் இல்லை என்பது. அவ்வுண்மையே உலகங்களாயும், உயிர்களாயும் தோன்றி மறைகின்ற மாயப் பிரபஞ்சம் எனும் நீர்க்குமிழியை உடைக்கின்ற பெரு நெருப்பு.

இறைவனைத் தவிர வேறு யாதுமே இல்லை எனும் போது, வேறு எதில், ஆசை அல்லது காமம் இருக்க முடியும்! அதுவே காமனை அழித்தல் எனும் 'நெற்றிக் கண்ணால் மன்மதனை அவித்த' கதை! ஆனாலும், தனித்திருக்கையில் ரசித்திருக்கவோ என்னவோ, பரம்பொருளின் சக்தியே, காம கலா காமேஸ்வரியாக, சிவனாரின் நுதற்கண்ணை யோகமெனும் இமைகளால் மூடி, தனது சுத்த மாயா சக்தியால், பரம்பொருளை ஆதாரமாக வைத்தே, பல உலகங்களையும் தோற்றங்களையும் மீண்டும் மீண்டும் காட்டி வருகின்றாள் எனப்புராணங்கள் சொல்கின்றன.

அந்த சுத்த மாயையினாலேயே ஆக்கம், காப்பு, அழிவு, அருள், மறைத்தல் எனும் ஐந்து தொழில்களால், எல்லாப் புவனங்களும், பரம்பொருளினுள்ளேயே எழுந்தும், மறைந்தும் விடுகின்றன.

இவ்வரிய ஞானத்தைக் காட்டுதற்கோ, தமது சக்தியை அளவிட முடியாத பேரொளியாக, சிவபெருமான் அருளினார்!

22. எண்ணுதற்கு எட்டா எழிலார்கழல் இறைஞ்சி
23. விண் நிறைந்தும் மண் நிறைந்தும் மிக்காய்,
விளங்கொளியாய்,
24. எண் இறந்த எல்லை இலாதானே நின் பெரும்சீர்
எண்ணவும் முடியாமல், எட்டவும் முடியாமல் (எண்ணுதற்கு எட்டா) அழகாய் இருக்கும் திருவடிகளைத் தொழுது (எழிலார் கழல் இறைஞ்சி)

வானம் நிறைத்தும் (விண் நிறைந்தும்), பூமி நிறைத்தும் (மண் நிறைந்தும்), எல்லாவற்றையும் விடப் பெரிதாய் (மிக்காய்) விளங்குகின்ற ஒளியாய் (விளங்கொளியாய்)

அளவற்று (எண் இறந்த) எல்லைகள் இல்லாதவனே (எல்லை இலாதானே), உன்னுடைய பெரும் நியதி (நின் பெரும் சீர்)

அளவிட முடியாத பெருஞ்சக்தியாய் இறைவன் இருக்கிறான் எனில், எவ்வாறு அச்சக்தியின் தாள்களை அடைவது? எது அடி, எது முடி எனத் தேடுவது? திருமாலுக்கும், பிரம்மனுக்கும் அப்படி ஒரு எண்ணம் வந்து, அதனால் மிகவும் அலைந்து, இறுதியில், சிவனாரின் அருளால் மட்டுமே, அன்னாரின் திருவடிகளை உணர்ந்தனர் எனும் புராணத்தை ஒட்டி, மாணிக்கவாசகரின் இவ்வரிகளும் நமக்கு ஓர் அரிய உண்மையை விளக்குகின்றன.

அமுதத்தமிழில், 'எண்' என்பது மற்றுமொரு ஆழமான சொல்.

'எண்' எனும் வினைச் சொல்லுக்கு, ஒன்றைப் பற்றி 'நினை' என்றும், ஒவ்வொன்றாக எண்ணிக் 'கணக்கிடு' என்றும் பொருள் உண்டு. கணக்கிடுவது, ஒன்றிலிருந்து ஒன்றை வேறுபடுத்துவது என்பதால், 'எண்' என்பது தனிப்படுத்தப்படுவது (quantized) எனவும் ஆகிறது.

'எண்ணம்' என்பது தொடர்ச்சியாக வருவது போலத் தோன்றினாலும், ஒவ்வொரு எண்ணமும் தனியானதுதான். ஒவ்வொரு எண்ணத்திற்கும் ஒரு ஆரம்பமும், முடிவும் இருந்தாக வேண்டும். எல்லைகள் இருந்தால் மட்டுமே, ஒன்றை அளக்கவோ, முழுதுமாக விளக்கவோ முடியும். எதற்கு எல்லைகள் இல்லையோ, அது எண்ணப்பட முடியாதது. எனவே அதற்கு உருவம் எனவும்

எதையும் கொடுக்க முடியாது.

அப்படி எல்லையற்றது என்றால், அது எல்லா இடத்திலும் முழு நிறைவாக இருப்பதாகும். எனவே அது பூரணம்.

ஆரம்பமும், முடிவும் இல்லை என்றால், காலம் எனும் கட்டுப் பாடும் இல்லை. எனவே எல்லையற்றது எதுவோ, அதுவே காலத்தால் மாறாத, காலத்தைக் கடந்த சத்தியமாகும். இவ்வாறு எல்லையற்று, சத்தியமாக, பூரணமாக, அளக்கப்பட முடியாதவனாக இறைவன் இருக்கின்றான்.

'எண்ணுதற்கு எட்டா' இறைவனது திருவடிகளை 'இங்குதான் இருக்கின்றன' என நம்மால் அறிய முடியாது. எனவேதான், உருவ வழிபாடு எனும் உதவியைச் செய்து, அதனை நமது சிற்றறிவில் படிப்படியாகப் பேரறிவைச் செதுக்கப் பயன்படுத்தும் கருவியாக, நமது முன்னோர்கள் காட்டினர். மனதுக்குள் அவ்வழகிய திருவடிகளைத் துதித்து 'எழிலார் கழல் இறைஞ்சி' எனக் காட்டினார் ஆசிரியர்.

இறைவனை உருவாகக் கண்டால் அளந்து விட முடியும் எனத் துணிந்த அரிக்கும், அயனுக்கும், அவர்கள் முன்னே வானமும், நிலமும் முற்றும் நிறைக்க, பேரொளியாய் விளைந்து நின்ற பரசிவனை, திருஅண்ணாமலை அரனை, 'விண் நிறைந்தும், மண் நிறைந்தும், மிக்காய், விளங்கும் ஒளியாய்' என மணிவாசகப் பெருமான் காட்டுகின்றார்.

ஒளியாகிய உருவாய் எழுந்து நின்ற அரனை, அப்போதும்கூட அரியாலும், அயனாலும் அளக்க முடியவில்லை. அதாவது 'எண்ணி' அளக்க முயலும் 'எண்களும்' இறந்து விட்டன. 'எண்ணங்களும்'

ஒய்ந்து விட்டன. அப்படி எல்லை இல்லாப் பூரணமாகிய இறைவனை 'எண் இறந்த எல்லை இலாதனே' என்று அழைத்து, 'உன்னுடைய புகழை எப்படிப் பாடப் போகின்றேன்' என வியக்கின்றார் மாணிக்கவாசகர்.

25. பொல்லா வினையேன் புகழுமாறு ஒன்று அறியேன்

தீவினைகளை உடைய நான் (பொல்லா வினையேன்), உனது புகழ் எதனையும் (புகழுமாறு ஒன்று) அறியாதவனாக இருக்கிறேன் (அறியேன்).

ஏன் மாணிக்கவாசகரால், எல்லையற்ற இறைவனின் புகழைப் பாட முடியவில்லையாம்? தாம் தீய வினைகளினால் அறியாமையில் கிடப்பதால், இறைவனது பெருமைகளில் எதனையும் அறியாதவனாக இருக்கின்றேன் என அவர் கூறுகின்றார். பரஞானியான மாணிக்கவாசகர், இப்படித் தம்மைத் தாழ்த்திக் கொள்வது, முற்றிய கதிர் வளைவது போல, முதிர்ந்த அறிவால் கொண்ட பணிவுதான் என உணர்வோம்.

தம்முள்ளேயே இறைச் சக்தி இருந்தும், அவ்வுண்மையை உணராமல் நாம் வாழ்நாளை வீணே கழிக்கிறோம். இதன் காரணம், ஆத்ம ஒளியைத் தீய வினைப் போர்வைகள் மறைக்கின்றன (பொல்லா வினை) என்பதே.

ஒன்றை மற்றது மறைக்கிறது என்றால், மறைப்பது, மறைக்கப்பட்டதை விடவும், பெரிதாய் இருக்க வேண்டுமே! அப்படியானால், அறியாமை இருள் அறிவொளியை விடவும் பெரிதா! இல்லை! சூரியனை மேகம் மறைக்கிறது என்றாலும், சூரியனையா மேகம் மறைக்கிறது? நமது பார்வையைத்தான் மேகம் மறைக்கிறது! மறைக்கின்ற மேகத்தைக் காட்டுவதும் சூரியனின் ஒளிதான்.

அதுபோல் பொல்லா வினையாகிய அறியாமையே போர்வையாகி, இறைவனது பெருமையை நாம் உணர்ந்து கொள்ள முடியாமற் போகிறது. இப்படி அறியாமைப் போர்வையில் நாம் ஆழ்ந்து கிடப்பதனால் ஏற்படும் விளைவுகளை அடுத்து வரும் வரிகள் விளக்குகின்றன.

26. புல்லாகிப் பூடாய்ப் புழுவாய் மரமாகிப்
27. பல் விருகமாகிப் பறவையாய்ப் பாம்பாகிக்
28. கல்லாய் மனிதராய்ப் பேயாய்க் கணங்களாய்
29. வல் அசுரர் ஆகி முனிவராய்த் தேவராய்ச்
30. செல்லாஅ நின்ற இத் தாவர சங்கமத்துள்
31. எல்லாப் பிறப்பும் பிறந்து இளைத்தேன், எம்பெருமான்

புல் முதலாய் எல்லாப் பிறவிகள் எடுத்தும் களைத்தும் போய்விட்டேன்.

பொல்லா வினைகளால் மூடப்பட்டிருப்பதால், தமக்குப் பிறவிப் பிணி இருக்கிறது எனக் கூறுகிறார் ஆசிரியர்.

இறைவனை விட்டுப் பிரிந்தாற்போல் நம்மை இழுத்துக் கட்டுவது பாசமாகிய கயிறு. அப்பாசக் கயிற்றின் முனையைப் பற்றிக்கொண்டு, பரிதவிக்கின்றன பசுக்களாகிய உயிர்கள்.

கயிற்றில் ஒரு தீப்பந்தத்தை வைத்துச் சுற்றும்போது, வித விதமான உருவங்கள் தோற்றத்தில் வந்து போவது போலவே, பாசக் கயிற்றில் கட்டுண்டு சுழலும் பசுவாகிய ஜீவன், பலவிதப் பிறவிகளுள் வீழ்கின்றான்.

புல், பூடு, புழு, மரம் எனத் தாவரங்களாகவும், ஊர்வன, பறப்பன, நடப்பன, மிதப்பன எனப் பல உயிரினங்களாகவும், கல் போன்ற

சடப்பொருளாகவும், மனிதர்களாகவும், பிறகு பேய்கள், கணங்கள், வலிய அசுரர்கள், முனிவர்கள், தேவர்கள் எனவும் எப்படி எல்லாமோ பிறந்தும் இறந்தும் இளைக்கின்றது ஜீவன். 'யானும் அப்படி எல்லாம் பிறந்து, இப்பொழுது மிகவும் களைத்து இருக்கிறேன், என்னுடைய பெரும் தலைவனே' என மணிவாசகர் இறைவனிடம் முறையீடு செய்கின்றார்.

'இளைத்தேன்' என்பது பிறவியால் ஜீவனுக்கு ஏற்படும் களைப்பினைக் காட்டுகிறது. அந்தக் களைப்பினை உணர்வதுதான், ஞானத்தின் முதற்படி.

பிறத்தல், இறத்தல் எனும் வட்டத்துள் உழலுகிறோம் எனும் உண்மையை நாம் உணரவில்லை என்றால், மணிவாசகர் காட்டும் இந்தக் களைப்பின் பெருமையை நம்மால் புரிந்து கொள்ள முடியாது. இக்களைப்பின் உந்துதலே, ஞான வேட்கை, வைராக்கியம் எனும் பற்றின்மை ஆகியவற்றில் நம்மைத் திருப்பும் விசை.

அத்தகைய நல்லறிவு எப்படி மணிவாசகருக்கு வந்தது?

'சிவன் அவன் என் சிந்தையுள் நின்ற அதனால்' என முன்னே சொன்னபடி, இறைச்சிந்தனை இருக்கின்ற ஒரே காரணத்தினால்தான், மாணிக்கவாசகருக்கும், அன்னாரைப் போன்ற பெரியோர்களுக்கும், மனிதப் பிறவியில் இருக்கும்போதே, பிறவிச் சங்கிலியை அறுத்தெரிக்கும் ஆவலும், அறிவும், மெய்யடியாரைத் தொழுகின்ற பணிவும் விளைகின்றன. அதனாலேயே மாணிக்கவாசகப் பெருந்தகை, விவேகம் வந்தும் வைராக்கியம் வரவில்லையே எனத் தம்மைத் தாழ்மைப்படுத்திப் புலம்பி, அழுது, திருவாசகத்தேனை ஊனுருக்கப்

பாடினார். அதன் பயனாக, அனுபூதி எனும் ஆத்ம அனுபவம் பெற்றார். அப்பேரானந்தத்தில் இசைத்த பேருண்மைதான், சிவபுராணம் எனும் இத்தேன்.

அத்தகைய அனுபூதியின் பயன் என்ன என்பதை அடுத்த வரியில் தருகின்றார் ஆசிரியர்.

32. மெய்யே உன் பொன்னடிகள் கண்டு இன்று வீடு உற்றேன்

இறைவன் எனும் உண்மையே (மெய்யே), உனது பொன்னான திருவடிகளைக் கண்டதால் (உன் பொன்னடிகள் கண்டு), அக்கணமே (இன்று), தந்நிலை அடைந்தேன் (வீடு உற்றேன்).

மெய்யறிவினைப் பெற்ற பயனாக, இறைவனை 'மெய்யே' என அழைக்கின்ற பக்குவத்தைக் காட்டுகின்றார் ஆசிரியர். எத்தனையோ பெயர்களும், உருவங்களும் கொடுத்து வணங்கப்பட்ட இறைவனை, இறுதியாக, 'உண்மை என்பதே இறைவன்' என்று உணர்ந்து, அதனால் 'மெய்யே' என அழைக்கிறார். உண்மையை எவராலும் மறுக்க முடியாது அல்லவா? எனவே, உண்மையே இறைவன் என்றால், அச்சக்தியை மறுப்பது ஏது! இறையுணர்வினால் கிடைத்த அனுபூதியின் விளைவே, இறைவனது 'பொன்னடிகள் கண்டு, இன்று வீடு உற்றேன்' என மகிழ்ந்து பாடிய வரிகள்.

பொன்னைப் போன்ற ஒளியான திருவடிகளை, மாணிக்கவாசகர் எப்படிக் கண்டார்?

இறைவன், மாணிக்கவாசகரது வாழ்வில் ஊடுருவி ஆற்றிய திருவிளையாடல்கள் பல. திருப்பெருந்துறையில் குறுந்த மரத்தின் அடியில் அமர்ந்த குருவாகவும், மதுரையிலே நரியைப் பரியாக்கியும்,

பிட்டுக்கு மண் சுமந்த பெருமானாயும், சிவபெருமான் மாணிக்கவாசகரது வாழ்க்கையில், முன் வந்து அருள் காட்டினார்.

தம்மிடம் 'வந்து அருள் காட்டுவது' எந்தையாகிய இறைவன் என்று உணருகின்ற பக்குவம், மாணிக்கவாசகரது உள்ளச் சீர்மையாலும், மாறாத இறைச் சிந்தனையினாலும் மட்டுமே அவருக்குச் சாத்தியமானது. அதனாலேயே இறைவனை மனித வடிவிலும் அடையாளம் கண்டு அடிபணிந்து, உய்வதற்கு அவரால் முடிந்தது.

மேலும், 'கண்டு' என்பதற்குச் சிந்தையில் 'காணுதல்' எனவும் கொள்ளலாம். இறைச் சிந்தனையால் நிறைவாகவும், சீராகவுமான மணிவாசகரின் மனதில், அவருள்ளே ஆத்மாவாகத் துலங்கும் இறையொளி ஒரு கணமேனும் பளிச்சென ஒளிகாட்டி இருக்க வேண்டும். அதனைச் 'சிக்கெனப் பிடித்துக் கொள்ளும்' வலிமை, தெளிய மனமுடைய மாணிக்கவாசகருக்கு இருந்திருக்கிறது என்பதில் ஐயம் இல்லை.

அப்படித் தன்னுள்ளே ஆத்மஒளியைக் கண்டதால் என்ன பயனாம்?

'இன்று வீடு உற்றேன்' – அதாவது, அந்த ஒளியைக் கண்ட அந்தப் பொழுதிலேயே, தன்னுடைய இருப்பிடமாகிய வீடு எதுவென அறிந்து அதிலே நிலை பெற்றேன் என்பதாகும். வீடு என்பது விடுதலை அல்லது முக்தி. தந்நிலை அடைதல். தந்நிலை என்பது, இறைவனின் தாளடியில் கலத்தல். அதனைத்தான் மாணிக்கவாசகர் பயனாகப் பெற்றார்.

பதஞ்சலியின் யோகசூத்திரம் 'ததா த்ருஷ்டு: ஸ்வரூப அவஸ்தானம்' – அதாவது, 'ஆத்ம ஒளியைப் பார்ப்பவனுக்கு, அந்த

ஆத்மனே தமது உருவமென நிலைப்படுகிறது' எனக் கூறுகிறது. அதனாலேயே, 'வீடு பெற்றேன்' என முக்தியினைப் பெற்ற பயனைக் காட்டுகின்றார்.

33. உய்ய என் உள்ளத்துள் ஓங்காரமாய் நின்ற
34. மெய்யா விமலா விடைப்பாகா வேதங்கள்
35. ஐயா எனவோங்கி ஆழ்ந்து அகன்ற நுண்ணியனே

விடுதலை அடைய (உய்ய) என்னுள்ளே (என்னுள்ளத்துள்) பரவியிருக்கும் உயிர்விசையாய் (ஓங்காரமாய் நின்ற)

உண்மையானவனே (மெய்யா), களங்கமற்றவனே (விமலா), காளைமேல் அமர்பவனே (விடைப்பாகா), திருமறைகள் எல்லாம் (வேதங்கள்)

தலைவா என முழு ஈடுபாட்டுடன் அழைக்க (ஐயா என ஓங்கி) ஆழ்ந்தும், விரிந்தும் (ஆழ்ந்து அகன்ற), அருகான பொருளே (நுண்ணியனே)

தந்நிலை அறிந்து வீடுற்ற காரணத்தினால், 'உய்ய' – அதாவது சம்சாரம் எனும் துன்பத்திலிருந்து, விடுபட்டு மேல் எழும்ப, இறைவன் என் உள்ளத்துக்குள், இப்போது, 'ஓம்' எனும் 'மூலப் பொருளாக', பெருவிசையாக இருக்கின்றான்.

'ஓங்காரம்' எனும் பிரணவமே, பரம்பொருளின் நாத வடிவ வெளிப்பாட்டின் அடையாளம். அதுவே உலகின் எல்லா அசைவுகளுக்கும் ஆதாரமான விசை.

வெட்டவெளி என்பது, உலகம் எல்லாவற்றின் விளைநிலம். உதாரணமாக, தக்க 'நுண்ணலையுணர்–கருவி' (Transceiver)

ஒன்று இருந்தால், வெட்டவெளியில் கிடைக்கும் எத்துணையோ விஷயங்களை நுகர முடியும். வானொலி, தொலைக்காட்சி, அலைபேசி எனும் நுண்ணலையுணர்-கருவிகள் எல்லாம், வெட்டவெளியில் பரவும் நாத சக்தியில், வேண்டிய நுண்ணலைக் கற்றைகளைப் பிடித்தே பயன் அளிக்கின்றன.

உலகங்கள் எல்லாம் வெட்டவெளியின் சக்தியினாலேயே, பிறக்கின்றன. வெட்டவெளியின் நுண்ணலை வீச்சின் கட்டுமானங்களுக்கு, ஓர் அடிப்படையான அதிர்வு ஆதாரமாக இருக்கிறது. எப்படி மின்சாரக் கம்பிகளில், Earth எனும் விசையை ஆதாரமாக வைத்தே, மற்ற மின்னோட்டங்களின் அளவு வெளிப்படுகிறதோ, அப்படியே, வெட்டவெளியில் இருக்கும் ஆதார அதிர்வே 'ஓம்' எனும் நாதம். அதுவே எல்லா எழுச்சிகளுக்கும் காரணமாய் இருக்கிறது எனவும், அதன் உட்பொருள் விளக்கங்களை எல்லாம் உபநிடதங்கள் அளித்து, 'ஓம்' எனும் பிரணவமே இறைவனைக் குறிக்கின்ற அடையாளமாகவும் காட்டுகின்றன.

பஞ்சபூதங்களில், உருவம் எனும் குணத்தை முதலில் காட்டுவது 'தீ' யாகிய ஒளியே. அதைத் தொடர்ந்தே உருவுடன் கூடிய சுவை, சுவையுடன் கூடிய மணம் எனப் பல குண வேறுபாடுகளைக் கொண்டு, நீரும், நிலமும் எழுகின்றன. தீயினும் முதியது நாதம் எனும் மூல ஒலி. இதுவே வெட்டவெளியாகிய முதற்பூதப்பொருளில் பிறந்து, மற்ற மூலப்பொருட்களைப் பிறப்பிக்கும் பெருங்கருவாக விளங்குகிறது. அந்த மூல ஒலியே எல்லாப் பிறப்புக்கும் வித்து.

இறைவனை உருவங்களாகவும், ஒளியாகவும் வழிபட்டதைக் கடந்து, நாதம் எனும் அருவமாக, தம்முள்ளேயே அனுபவிக்கும் பெரும்பயனைத் தாம் பெற்றுவிட்டதாக மாணிக்கவாசகர்

காட்டுகின்றார். ஓங்கார நாதமே தன்னுள் மிகுந்திருப்பதால், விசைகளுக்கு விசையான இறைவனால் தாம் முழுதுமாக நிரம்பி, நிறைவுடன் இருப்பதை அன்னார் உணர்ந்திருக்கிறார்.

அப்பேரனுபவத்தினாலேயே, இறைவனை 'உண்மையே (மெய்யா), குற்றங்களற்றவனே (விமலா), காளை மேல் அமர்ந்தவனே (விடைப்பாகா)' என்று அழைத்து, 'வேதங்கள் எல்லாம், உன்னையே தலைவா என அழைக்கின்றன. நீயோ ஓங்கி (எழுச்சியாய்), ஆழ்ந்து (கடவுளாக, உள்ளுள்), அகன்று (இறைவனாகப் பரந்து) நுண்ணியனாக இருக்கின்றாய்' என்றெல்லாம் வியக்கிறார்.

'விடை' என்பதற்கு 'காளை மாடு' என்றும், 'பாகன்' என்பதற்கு 'மேல் அமர்ந்து ஆள்பவன்' என்றும் பொருள். சிவபிரான் 'இரிஷப வாகனத்தில்' இருக்கிறார் என்பதே இதன் கருத்து. 'விடை' என்பதற்கு, கேள்விகளைத் தீர்க்கும் பதில் என்றும் பொருள் கொள்ள முடியுமென்பதால், 'விடைப்பாகன்' ஆகிய சிவபிரானே, நமது விடுதலைக்கான வினாக்களுக்கு, விடை தரும் குரு எனவும் நாம் பொருள் கொள்ளலாம்.

36. வெய்யாய், தணியாய், இயமானனாம் விமலா
37. பொய் ஆயின எல்லாம் போய் அகல வந்தருளி
38. மெய் ஞானம் ஆகி மிளிர்கின்ற மெய்ச் சுடரே

குற்றமற்றவனே (விமலா), எல்லாச் செயலுக்கும் முதல்வனே (இயமானே), சுட்டெரிப்பதாயும் (வெய்யாய்), சுகமளிப்பதாயும் (தணியாய்),

பொய்யான தோற்றங்களும் (பொய் ஆயின) வருவதும் போவதுமான எல்லாமும் (எல்லாம் வந்து போய்), அதாவது சுக துக்கங்களுக்குக் காரணமான எனது

அறியாமையாகிய இருள், அகல்வதற்காக (அகல), வந்து அருள் தருகின்ற (வந்தருளி)

எனக்குள்ளேயே, உண்மையான அறிவாகி, (மெய்ஞானம் ஆகி) தன்னொளியாய் ஒளிர்கின்ற (மிளிர்கின்ற) உண்மை விளக்கே (மெய்ச்சுடரே)

சுக துக்கங்கள் எல்லாவற்றுக்குமே பந்தமே காரணம். பந்தங்களுக்கு எண்ணங்கள் காரணம். எண்ணங்களுக்குச் சீர்படாத சிந்தையே காரணம். இவை எல்லாவற்றுக்கும் மயக்கம் எனும் அறியாமையாகிய இருளே காரணம். எனவே, அந்த இருளை விலக்குவதே, சரியான மருந்து. அவ்விருளை விலக்க வைத்த சுடர் விளக்கே, மெய்யறிவு.

அமுதத்தமிழில், 'அகல்' என்ற வினைச் சொல்லுக்கு, 'போய்விடு' என்பது பொருள். 'அகல்' எனும் பெயர்ச் சொல்லுக்கு, 'விளக்கு' என்பது பொருள். 'விளக்கு' எனும் வினைச் சொல்லுக்குக்கு, 'தெளிவுபடுத்து' என்பது பொருள். இங்கே உண்மை அறிவாகிய விளக்கினால், அறியாமை எனும் இருள் அகல்கிறதாம்.

'அகலுதல்' என்பது 'அழிதல்' அல்ல, அருகில் இல்லாதிருத்தல்.

மயக்கம் எனும் இருள் அழிக்கப்பட முடியாதது. ஏனெனில் அது இறைவனின் கட்டுப்பாட்டினால் இயங்கி, இறைவனின் திருவிளையாடலில் ஒரு பாகமாக இருப்பது. ஆனால், மயக்கம் எனும் இருளை, நம்மை அண்ட விடாமல், 'அகற்ற' முடியும். எனவேதான் அகல் எனும் சொல் வந்துள்ளது. அதற்கான அகல் விளக்குத்தான் ஆத்மஞானம். அதன் ஒளிப் பொறியினாலே, சூரியனையும் பழிக்கும் பேரொளியில் நம்மால் திளைக்க முடியும்.

அப்படி மிளிர்கின்ற மெய்ச்சுடராக இறைவனைத் துதிக்கிறார் ஆசிரியர்.

39. எஞ்ஞானம் இல்லாதேன் இன்பப் பெருமானே

எந்த அறிவும் (எஞ்ஞானம்) இல்லாத எனக்கும் (இல்லாதேன்) மாறாத இன்பத்தைத் தருகின்ற பெரியோனே (இன்பப் பெருமானே).

40. அஞ்ஞானம் தன்னை அகல்விக்கும் நல் அறிவே

அறியாமை (அஞ்ஞானம்) என 'நான் யார்' எனத் தவறாகத் தருகின்ற இருளை (தன்னை) அகற்றும் (அகல்விக்கும்) ஒளியாகிய உயர்வான அறிவே (நல் அறிவே).

அறிவின் நிலை ஒருவருக்கு எப்படி மாற வேண்டும் எனும் உண்மை இவ்வரிகளில் அடங்கியிருக்கிறது.

எந்த அறிவும் இல்லை என்றால் என்ன பொருள்?

வேதங்கள் அறிவினை, 'அபரஞானம்', 'பரஞானம்' என இரண்டாகப் பிரிக்கின்றன. பரஞானம் அல்லது மேலான அறிவு என்பது, பரம்பொருளை ஆத்மாவாக உணர்ந்து, ஈரற ஒன்றிய சுகத்தில் இருத்தல் ஆகும். மற்ற எல்லா அறிவும், அபர ஞானம் அல்லது கீழான அறிவே ஆகும்.

ஒருவரின் அறிவு வளர்ச்சியைப் பொருத்து அபர ஞானத்திலும் வேறுபாடுகள் இருக்கின்றன.

உலக விவகாரங்களில் ஈடுபடும் அறிவு 'வ்யவஹாரிக ஞானம்' ஆகும். அப்படி உலக விஷயங்களில் ஈடுபட்டிருக்கும் ஜீவன், 'விஷயி'

எனப்படுகிறான். உலக அறிவைச் செம்மைப்படுத்தி, அறமாகிய தர்ம வழிப்படி நடப்பது ஜீவனுடைய முன்னேற்றம் ஆகும். தர்மத்தின் வழிப்படி நடந்து சுக துக்கங்களை அனுபவித்து, அவற்றால் கிடைக்காத முழுநிறைவு வேறு எதனால் கிடைக்கும் எனத் தேடும் பொழுதுதான் 'விவேகம்' எனும் பகுத்தறிவு ஜீவனுக்கு வருகின்றது. வேதங்கள் தரும் நெறிகளைக் கற்பதிலும், கற்றபடி நடப்பதிலும் நம்மை இட்டுச் செல்வது 'விவேகம்'. அது அரிய முன்னேற்றம். அதன்படி நடப்பதால், 'விஷயி' என்றிருந்த ஜீவன் 'விவேகி' என்று ஆகின்றான்.

விவேகத்தினால், உலக வாழ்க்கையில் எது உண்மை, எது பொய், எது நிலையானது, எது நிலையற்றது என்றெல்லாம் பகுத்தறிந்தாலும், மேலான விடுதலையை உணர்வதற்கான தகுதியை முற்றும் பெறாததால், பகுத்தறிவும் வெறும் சுமையாகவே இருக்க ஜீவன் தொடர்ந்து தவித்துக் கொண்டுதானிருக்கிறான்.

பரஞானம் பெறுவதற்கான தகுதி, சுத்தமான மனமும், திடமான அறிவும்தான். அதை அடையத் தேவையானது, 'வைராக்கியம்' எனும் பற்று இல்லாமை. வைராக்கியம் அடையவே விவேகிகள் தவிக்கிறார்கள். அத்தவிப்புத்தான், அவர்களுடைய பாடல்களில் எல்லாம் ஆற்றாமையாக வெளிப்படுகின்றது.

விவேகம் எனும் அறிவுப் பார்வையுடன், சிரத்தை எனும் நந்நம்பிக்கையைத் துணையாகக் கொண்டு, பக்தி, யோகம் முதலான வழிகளைப் பின்பற்றி, படிப்படியாக முன்னேறியே, சான்றோர்கள் வைராக்கியத்தை அடைகிறார்கள். வைராக்கியம் அடைவதே, பரஞானத்தைத் தருகின்ற ஞான யோகத்தினை ஏற்பதற்கான முக்கியத் தகுதி. அவ்வாறு வைராக்கியத்தை அடைந்த விவேகி, 'வைராகி' எனும் நிலையை அடைகிறான்.

வைராக்கியம் அடைந்தவர்களில் ஒரு சிலர், எதிலும் பற்றில்லை என்பதால், முக்தி தரும் பரஞானத்தையும் கூட விழையாமல், தமக்குள்ளே ஒடுங்கி இருப்பார்கள். அப்படிப்பட்ட சீலர்களை, 'உதாசீன மஹாத்மா' அல்லது 'பற்றிலாப் பெருமான்' என நல்லோர் உலகம் தொழுகின்றது. அவ்வாறு இருப்பவர்களும் இன்றும் நம்மிடையே உண்டு.

ஆனால், 'பற்றுக பற்றற்றான் பற்றினை' என்றபடி, முழு நிறைவான இறைவனைப் பற்றுதல், பழுத்த வைராக்கியத்தின் முக்கியக் கடமை. அப்படி பற்றற்றான் பற்றினை அடையும் வைராகியே, பூரணமான பொருளாகத் தந்நிலையிலேயே சுகநிலையை உணர முடியும். அவரே பரஞானம் அடைந்தவர். அவரே 'ஞானி'. அந்நிலையில் இருப்பவர்களுக்கு, மற்ற எல்லாப் புறஅறிவும், அது வேதங்களைப் பற்றிய அறிவாகவே இருப்பினும், அவை எல்லாம் 'அபர ஞானம்' எனும் கீழான அறிவாகவே ஆகும்.

மாணிக்கவாசகர், வைராக்கிய சாதகராக, உள்ளத்தை உருக்கும் திருவாசகம் முதலான அரும்பாடல்களைப் பாடியுள்ளார். அவற்றில் எல்லாம், 'கீழோன்', நாயேன்' என்றெல்லாம் தவித்துப் புலம்பியுள்ளார். அன்னாரின் வைராக்கிய சாதனையாலும், பற்றற்றான் பாதங்களைப் பற்றிய காரணத்தாலும், சிந்தையுள் சிவனாக ஆத்மனை உணர்ந்த நற்பயனால், மாணிக்கவாசகர் பரஞானம் பெற்ற பெருயோகியாக விளங்குகின்றார்.

'சிவபுராணம்' எனும் இவ்வரிய பாடலை, மாணிக்கவாசகர், இறையனுபவமாகிய பூரண அனுபூதி பெற்று, சிதம்பரம் எனும் புனிதத் திருக்கோவிலில் அருளியதாகப் பெரியோர்கள் கருதுகின்றார்கள்.

இவ்வரிகளில் தமக்கே உரித்தான பணிவினால், எந்த அறிவும் இல்லாதவன் என்று தனது அபர அறிவை இகழ்ந்தும், பர அறிவை அறியாத நிலையை 'அஞ்ஞானம்' எனும் இருள் எனப் பயந்தும், அவ்விருளை, 'அகற்றும்' அகல் விளக்காக இறையொளியை நாடியும், அதனையே ஆத்ம தரிசனமாகக் கிடைத்தது என்ற ஆனந்தக் கூவலையும், நமக்காகக் காட்டி அருளிருக்கிறார் பரஞானியாகிய மாணிக்கவாசகப் பெருந்தகை.

41. ஆக்கம் அளவு இறுதி இல்லாய், அனைத்து உலகும்

பிறப்பு (ஆக்கம்), எல்லை (அளவு), அழிவு (இறுதி) இல்லாத நிலையான உண்மையே (இல்லாய்)! அறியவும் முடியாத எல்லா உலகங்களையும் (அனைத்து உலகும்),

முதலும், முடிவும் இல்லாதது பரம்பொருள்.

காரண-காரியம் எனும் செயல்-விளைவு வாதத்தால், உலகில் எல்லா விளைவுகளுக்கும் ஒரு காரணத்தைத் தேடுதல் அறிவியல். எனினும் அவ்வாதம் முற்றுப் பெறாதாது என்பது அறிவியலிலும் உறுதிப்படுத்தப்பட்டது. காரண-காரிய வாதங்களுக்கும் உட்படாத முதற்காரணம் ஒன்று இருக்க வேண்டும் என்பதும் அறிவியல் கண்ட பாடம்.

தோற்றத்தைத் துருவி ஆராய்ந்து, முதலில்லா ஒன்று இருப்பது அனுமானிக்கப்படுவது போலவே, எல்லா விளைவுகளையும் தொடர்ந்து ஆய்ந்தாலும், முடியாத ஒன்று இருப்பதும் நிச்சயமாகிறது. அப்படி முதலும் முடிவும் இல்லாத ஒன்றே இறைவன்.

தோற்றத்தில் தெரியும் உலகங்கள் எல்லாம் அழிவினை அடைவதால், தோற்றமற்ற முதலுக்கும், முடிவுக்கும் இடையேதான்

எல்லா உலகங்களின் மாற்றங்களும் நடந்து கொண்டே இருக்கின்றன.

உலகங்கள் என்றால் என்ன?

நாம் உலகங்கள் யாதெனப் புலனறிவின் வழியே அணுகினால், அவை பூமியைப் போல, கோடானு கோடியாக அண்டவெளியில் இருக்கின்ற உலகங்கள். ஆனால் அந்தகரணமாகிய நம்முடைய மனதின் வழியே அணுகினால், 'உலகம்' என்பது, 'நம்முடைய அனுபவச் சூழ்நிலை' என்பதாகும்.

'உலகம்' எனும் தமிழ்ச்சொல், சம்ஸ்கிருத மொழியில் 'லோக:' எனும் சொல்லின் திரிபே ஆகும். 'லோக:' எனும் சொல்லும் 'லுக்' எனும் சம்ஸ்கிருத வேர்ச்சொல்லில் விளைவது. அந்த வேர்ச்சொல், புலனறிவைக் குறிப்பது, 'பார்வை' எனும் பொருளும் தருவது. ஆங்கிலத்தில் 'லுக்' எனும் சொல்லும் பார்வையைத்தான் குறிக்கிறது. எனவே 'லோக:' என்பது, ஒவ்வொருவரும் தங்கள் அனுபவங்களினால் அமைத்துக் கொள்கின்ற சூழ்நிலை என்பதும் ஓர் உட்பொருள்.

ஒவ்வொருவருக்கும் அனுபவங்கள் வேறுபட்டிருப்பதால், ஒவ்வொருவருடைய உலகங்களும் வேறுபட்டனவே. அதனாலேதான், ஒரே பொருள், அல்லது ஒரே விளைவு, ஒருவருக்குத் துன்பமாயும், மற்றொருவருக்கு இன்பமாயும், வேறொருவருக்கு எவ்விதப் பாதிப்புமற்றதாயும் இருக்கிறது.

ஒவ்வொருவரின் தனிப்பட்ட உலகமும், விழிப்பு, கனவு, ஆழ்துயில் என மூன்று வகையான அனுபவங்களினாலேயே அமைகின்றன. இவ்வாறு அனுபவிக்கப்படும் உலகங்களும், ஒவ்வொருவருக்கும் வேறுபட்டு இருக்கின்றன.

சீவபுராணம் - மறைபொருள் விளக்கம் 59

எவ்வகையில் நாம் நமது உலகங்களை ஆராய்ந்தாலும், அவ்வுலகங்களுக்கு எல்லாம் இறைவனே ஆதாரம். அந்த ஆதாரசக்தியினாலேயே, உலகங்கள் மாற்றங்களால், முதலுக்கும் முடிவுக்கும் மாறி மாறிப் பாதிப்பினை அடைகின்றன. இவற்றை மாணிக்கவாசகப் பெருமான் அடுத்த வரிகளில் காட்டுகின்றார்.

42. ஆக்குவாய் காப்பாய் அழிப்பாய் அருள் தருவாய்

மேற்சொன்ன உலகங்களை எல்லாம், என்னுடைய அனுபவத்திற்காகப் படைத்து (ஆக்குவாய்), மாறுபாடுகளால் வளர்த்து (காப்பாய்), முடித்து (அழிப்பாய்), இம்மாற்றங்களைத் தாண்டி மாறாமல் இருக்கும் உண்மை என்ன என அறியவைப்பாய் (அருள் தருவாய்).

இறைவனின் ஐந்தொழில் (படைத்தல், வளர்த்தல், அழித்தல், அருளல், மறைத்தல்) இவ்வரியிலும், அடுத்த வரியிலும் சுட்டிக் காட்டப்படுகிறது.

உலகம் யாதெனப் போன வரியில் கண்டபடி, நாம் எப்பொருளில் உலகத்தை எடுத்துக் கொண்டாலும், அவ்வுலகத்தை விளைத்தும், வளர்த்தும், அழித்தும் நாடகம் நடத்துவது ஆத்மாவே. அந்த நாடகத்தைச் சரியாக நாம் உணர்ந்து கொள்ள, நமக்கு அருள் தருவதும் அந்த ஆத்மாவே என இவ்வரியில் உணர்த்தப்படுகிறது.

43. போக்குவாய் என்னைப் புகுவிப்பாய் நின் தொழும்பின்

தோன்றியும், வளர்ந்தும், அழிந்தும் மாறுகின்ற உயிர்களை, மித்யா எனும் தோற்ற மாயையுள் அடைக்கின்றாய் (போக்குவாய்), இறைவனே, நின்னருளைப் பெற்ற என்னை (என்னை) ஈர்த்துக்

கொள்வாய் (புகுவிப்பாய்). எதில் என்றால், உன்னுடைய சேவையில் (நின் தொழும்பின்).

ஞானத்தை அடைந்தாலும், அந்த ஞானத்திலேயே நிலைத்தல் என்பதே 'ஞானநிஷ்டை' என்பதாகும். பர ஞானியான மாணிக்கவாசகர், அத்தகைய ஞான நிஷ்டையை இறைவன் அளிக்க வேண்டும் என வேண்டுகின்றார். அதுவே இறைவனுள் புகுந்து நிலைக்கின்ற பெருநிலை என்பதாலும், அதுவே முக்தி என்பதாலும், அதை விடுத்து, மாயையுள் போய் ஆழ்கின்ற நிலையைத் தாம் விட்டொழிக்க வேண்டும் என ஆசிரியர் வேண்டுகின்றார்.

பர ஞானம் அடைந்தவர்களுக்கு, ஞான நிஷ்டையில் இருப்பதே, இறைவனுக்குச் செய்யும் சேவையாகும். அந்த நிஷ்டை கலைந்து உலகில் அவர்கள் மற்ற மனிதர்களைப் போல வாழ்ந்தாலும், இறைவனை எப்போதும் சிந்தனையில் இருத்தி, சேவை செய்து கொண்டிருப்பார்கள். அப்பேற்றினையே இவ்வரியில் மாணிக்கவாசகர் இறைவனிடம் கேட்கிறார்.

44. நாற்றத்தின் நேரியாய், சேயாய், நணியானே

45. மாற்றம் மனம் கழிய நின்ற மறையோனே

நின்னருளால், இறை உணர்வாகிய பேற்றினைப் பெற்றதால், நல்ல மணமுடன் (நாற்றத்தின்) புலனறிவு இருக்கவும் (நேரியாய்), தொலைவிலும் (சேயாய்), அருகிலுமாய் இருப்பனே (நணியானே),

மாற்றங்களால் பாதிப்படைகின்ற எல்லாவற்றையும், மனதினையும் கடந்து (மாற்றம் மனம் கழிய), மறைபொருளாக நிலைத்திருக்கும் இறைவனே (நின்ற மறையோனே).

இரண்டு முக்கியமான சம்ஸ்கிருதச் சொற்கள் – 'ஸம்ஸ்காரம்' மற்றும் 'ஸம்ஸாரம்' என்பன.

நாம் ஆசையினால் செய்கின்ற எல்லாச் செயலும், அதன் விளைவினால் நம்மைப் பாதிக்கும். அது சுகமாகவும் இருக்கலாம். துக்கமாகவும் இருக்கலாம். அவற்றால் விளையும் பாதிப்புக்கள் உடனேயோ, அல்லது வேறொரு காலத்திலோ, வேறொரு பிறவியிலோகூட நமக்கு வரலாம். இதுவே கர்ம விதி.

அனுபவிக்கவேண்டிய வினைப்பளு பாக்கி இருக்கும் வரை, ஜீவன் அப்பாதிப்பினை ஏற்பதற்குத் தக்க உடலுடன் உலகில் பிறந்து கொண்டே இருக்கும். அவ்வாறு, பிறந்து உழலும் துயரமே 'ஸம்ஸாரம்'. ஸம்ஸாரத்துக் காரணமாய் இருக்கின்ற வினைப்பளுவாகிய வித்தே, 'ஸம்ஸ்காரம்'. இதற்குத் தமிழில் 'வினைப்பயன்' அல்லது 'வினைப்பளு' எனக் கொள்ளலாம். இதற்கு 'வாசனா' எனவும் ஒரு பெயர். மலரின் வாசனை எப்படி நுண்ணியமாக மலரைப் பற்றி இருக்கிறதோ, அதேபோல, வினைப்பளு எனும் வாசனை மனதைப் பற்றிக் கொண்டே இருக்கும்.

மாணிக்கவாசகர், இறைச் சேவை ஒன்றையே இடைவிடாமல் சிந்தித்து வருவதால், மனதின் வாசனை, மிகவும் இனிமையாகி விடுகிறது எனக் காட்டுகின்றார். அதனால், ஸம்ஸ்காரம் எனும் வாசனைகள் ஸம்ஸாரம் எனும் பாதிப்பில் நம்மைத் தள்ளாமல், முக்தி எனும் விடுதலைக்கு வழிகாட்டுவதாக மாறிவிடும்.

மேலும், நமது சிந்தனைக்கும், சேவைக்கும் உடையவனான இறைவன், மிக அருகிலும், மிகத் தொலைவிலுமாக இருக்கின்ற பரமாத்மா. அவர் எல்லா இடத்திலும் நிரம்பியும், மாறிக் கொண்டிருக்கும் உலகங்களை எல்லாம் ஊடுருவிக் கொண்டு, மறை பொருளாகவும் இருக்கின்றார்.

46. கறந்த பால் கன்னலொடு நெய்கலந்தாற் போலச்

அவ்வாறு மறைபொருளாய் விளங்கும் பரம்பொருள், கறந்த பாலின் சுவையினுள் ஊடுருவிக் (கறந்த பால் கன்னலொடு) கலந்திருக்கும் நெய்யினைப் போல (நெய்கலந்தாற் போல),

47. சிறந்தடியார் சிந்தனையுள் தேன்ஊறி நின்று

உண்மையான மெய்யடியார்களின் (சிறந்தடியார்) மனதினுள் (சிந்தனையுள்) இனிமை சுரக்க நிலைத்திருக்கின்றார் (தேன் ஊறி நின்று).

பாலில் ஊடுருவியிருக்கும் நெய் கண்ணுக்குப் புலப்படாதது போலவே, 'சிந்தனையுள்' ஆத்மா புலப்படாமல் இருக்கின்றது.

'சிந்தனையில்' என ஆசிரியர் சொல்லியிருந்தால், அது ஒருவர் மனதில், தம் விருப்பால் ஏற்கும் எண்ணம் எனப் பொருள் தரும். ஆனால் 'சிந்தனையுள்' எனச் சொல்லியிருப்பதன் பொருள், 'எண்ணங்களுக்கும் ஆதாரமான உள் உணர்வு' என்று அறிகிறோம்.

ஏனெனில் அந்தகரணமாகிய மனமும் ஒரு சடப் பொருளே. மனதுக்கும் ஒளியினைத் தருகின்ற மறைவிடமே 'சிந்தனையுள்' எனக் காட்டப்பட்டது. அப்படி மறைந்திருக்கும் இறைவனே, மறைகள் உணர்த்தும் உண்மை.

48. பிறந்த பிறப்பு அறுக்கும் எங்கள் பெருமான்

தற்போது எடுத்துள்ள, மற்றும் அடுத்து எடுக்க வேண்டிய பிறவிகளை எல்லாம் (பிறந்த பிறப்பு) (களைகின்ற) அறுக்கும் எங்கள் பெருமான் (எங்களுடைய பெரும் தலைவன்)

சிந்தனையுள் விளங்கும் சிவனே பிறவிப் பிணியை நீக்கும் பெருமான்.

'பிறப்பு அறுக்கும்' என்றால், பிறவி என இனியும் தொடர்ந்து வரும் துயரை நீக்குதல் எனப் பொருள் வரும். அப்படியானால், இப்போது எடுத்திருக்கும் பிறவியின் நிலை என்ன? முக்தி எனும் விடுதலை இப்பிறவி இருக்கும் வரை பெறமுடியாது போய்விடுமே? அப்படியானால், இப்பிறவி வெறும் இழப்புத்தானா!

இல்லை! இறைவன் கருணையற்றவனா என்ன!

'பிறந்த பிறப்பு அறுக்கும்' என மணிவாசகர் கூறியுள்ளதன் பொருள், இனி வரும் பிறவிகளை மட்டுமல்ல, இப்போது எடுத்த பிறவியிலிருந்தும் விடுதலை அளிப்பவன் இறைவன் என்பதுதான்.

வேதாந்தம், இவ்வுடலுடன் இவ்வுலகில் வாழும்போதே, சம்ஸாரம் எனும் துயரை விட்டவராக, முக்தி எனும் பேறினைப் பெற்றவராக, எவராலும் உயரமுடியும் எனக் காட்டுகின்றது. இதுவே 'ஜீவன் முக்தி' எனப்படுவது. மனிதர்களுக்கெல்லாம் மிகப் பெரிய நம்பிக்கையைக் கொடுக்கின்ற பேருண்மை இது.

உடலுடன் இவ்வுலகில் வாழும்போதே, ஜீவன் முக்தன், தானடைந்த பரஞானமாகிய தீயினால், தான் சுமந்திருக்கும் 'ஸம்ஸ்காரம்' எனும் வினைப் பளுவாகிய விதையினை வறுத்து விடுகின்றான். வறுத்த விதை முளைப்பதேது! அதனால், ஸம்ஸாரமாகிய மரம் அவனுக்கு இல்லை.

இறைவனை வணங்கினாலும், இந்த உடலை விட்டுப் போன பிறகே, முக்தி எனும் முழுநிறைவை உணரமுடியும் என்று ஆகிவிட்டால், மனிதப் பிறவியின் பெருமை முழுமை ஆகாது! இவ்வுலகில், இவ்வுடலில் இருக்கும்போதே, முக்தி எனும் முழுநிறைவு

பெறமுடியும் எனும் சத்தியமே, நம்மை எல்லாம் உற்சாகப்படுத்தி உயரச் செய்கின்ற தத்துவம். இதனையே இவ்வரிகள் காட்டுகின்றன.

49. நிறங்கள் ஓர் ஐந்து உடையாய், விண்ணோர்கள் ஏத்த

விடுதலை தரவல்ல அப்பரமாத்மா எப்படிப் பட்டவன்? ஐந்து வண்ணங்களுடன் (நிறங்கள் ஓர் ஐந்து உடையாய்), வானவர்கள் போற்ற (விண்ணோர்கள் ஏத்த) விளங்குபவன் இறைவன்.

நிறங்கள் எனும் சொற்பயன், ஒன்றிலிருந்து ஒன்றை வேறுபடுத்திக் காட்ட உதவுதலே.

ஒன்றேயான பரம்பொருளே, தனது சக்தியால் பல்லுலகமாயும், உயிர்களாயும் தோன்றுகின்றது. இப்படி வேறுபட்ட தோற்றங்களை விளைப்பதற்கு, இறைவனின் திருவிளையாடலாக, பரம்பொருளுக்கு ஐந்து தொழில்கள் இருக்கின்றன என அருமறைகள் காட்டுகின்றன. அவை படைத்தல், காத்தல், அழித்தல், அருளல், மறைத்தல் என்பன.

மேலும் பரம்பொருளே, சிவம், சக்தி, சதாசிவம், மஹேஸ்வரம், சுத்த வித்யா என விரிவதாக, சைவ சித்தாந்தமும் காட்டும். இவ்வாறுபல வகையாகவும் இறைவனின் தன்மையைப் புரிந்து கொள்ளவே, 'ஐந்து நிறங்கள்' என இறைவனது பெருமை நமக்குக் காட்டப்பட்டது.

50. மறைந்திருந்தாய், எம்பெருமான் வல்வினையேன் தன்னை

51. மறைந்திட மூடிய மாய இருளை

52. அறம்பாவம் என்னும் அரும் கயிற்றால் கட்டி

53. புறம்தோல் போர்த்து எங்கும் புழு அழுக்கு மூடி,

54. மலம் சோரும் ஒன்பது வாயில் குடிலை

படைக்கப்பட்ட உலகங்களினை வியக்கையில் அவற்றில் வித்தாக இறைவா, நீயே மறை பொருளாய் இருக்கிறாய் (மறைந்திருந்தாய்). என் பெரியோனே (எம்பெருமான்), கொடிய வினைகளைச் செய்தவனான யான் (வல்வினையேன்) 'நான் யார் எனும் உண்மை அறியாமல்'

(தன்னை மறைந்திட மூடிய) அறியாமை எனும் இருட் போர்வையினால் மூடப்பட்டு (மாய இருளை),

புண்ணியம், பாவம் என மாறி மாறி பந்தப்படுத்துகின்ற வினைப் பயனில் இறுகக் கட்டப்பட்டு (அறம் பாவம் என்னும் அரும் கயிற்றால் கட்டி),

வெளியிலே போர்த்திய தோலினால் (புறத்தோல் போர்த்து), உள்ளே புழுவும், அழுக்கும் மிகுந்திருப்பதை மூடி (எங்கும் புழு அழுக்கு மூடி),

மலத்தினை விளைக்கும் ஒன்பது துளைகளை உடைய உடலைப் (மலம் சோரும் ஒன்பது வாயில் குடிலை) பெற்றவனானேனே !

மாணிக்கவாசகர் வைராக்கியத்தை அடைந்ததன் விளைவாக, இதுவரை உலகில் வாழ்வதற்கோர் கருவியாக இருந்த தமது உடலிலும் பற்றின்மையை அடைகிறார். வினையின் வசத்தால், களங்கமுடைய உடலில் புகுந்து, அவ்வுடலே நான் என எண்ணி,

அவ்வுடலின் சுக துக்கங்களே பெரிதெனச் செயல் புரிந்து, அதன் விளைவாய் புண்ணியம், பாவம் என்பதான பாதிப்புக்களைத் தொடர்ந்து பெற்று வருகிறேன் என நொந்து கொள்கிறார்.

இதற்குக் காரணம், 'தன்னை மறைந்திட மூடிய மாய இருள்'. இங்கே 'தான்' என்பது ஆத்மா. 'தான்' எனும் ஆத்மாவை மறந்து 'நான்' என உடலையும் மனதையும் உரிமை கொள்ளும் அறியாமை. 'தன்னை' மறைத்தது மாயை. இந்த இருளை விலக்குவதானாலேயே, 'தான்' உணரப்படும். அப்போதுதான் 'சிவனே சீவன்' என்னும் வேத உண்மை புலப்படும். ஆனால், அப்படி ஒருமைப்பட முடியாமல் போவதற்கு மனமும், புலனுமே காரணம் என அடுத்த வரியில் காட்டப்பட்டது.

55. மலங்கப் புலன் ஐந்தும் வஞ்சனையைச் செய்ய
56. விலங்கு மனத்தால், விமலா உனக்கு

> மலங்கள் நிறைந்ததும், தெளிவில்லாமல் ஆக்குவதுமான ஐந்து புலன் அறிவுகளும் (மலங்கப்புலன் ஐந்தும்), மேன்மேலும் இறைச்சிந்தனை அல்லாத மாயத் தோற்றங்களிலேயே என்னை இழுத்துச் செல்ல (வஞ்சனையைச் செய்ய) அவற்றின் வஞ்சத்தால், உயர்வற்ற எண்ணங்களினால் அலைக்கழிக்கப்பட்ட விலங்காகிய மனதினால் அல்லது அத்தகைய கீழ்மையான எண்ணங்களிலே விலங்கிடப்பட்ட மனத்தால் (விலங்கு மனத்தால்), குறைகள் ஏதுமற்ற உனக்கு (விமலா உனக்கு)

புலனறிவுகள், வெளியிலே நாட்டம் கொண்டவை. வெளியுலகமோ, மாற்றம் எனும் மாறாத பாதிப்பினால், நிலையின்றிப்

போய்க் கொண்டிருப்பன. எனவே, புலனறிவு கொணரும் செய்திகளைப் புத்தி சரியாக ஆராயா விட்டால், மனம் பேதலித்துவிடும். அதனால் மனம் சீர் கெடும். சீர்கெட்ட மனதினால், சம்சாரத் துயர் வருகிறது என்பதால், புலனும், மனமுமே நம்முடைய விடுதலையைத் தடுக்கின்ற வஞ்சகச் செயலைச் செய்கின்றன. அவ்வஞ்சகத்தால், மனம் 'விலங்கிடப்பட்டிருக்கிறது'. அது 'விலங்கினைப் போல', பகுத்தறியாமல், தொகுத்துணராமல், கீழ் நிலையை அடைகிறது.

57. கலந்த அன்பாகிக் கசிந்து உள் உருகும்
58. நலம் தான் இலாத சிறியேற்கு நல்கி

அன்பு கலந்து அறிவினால் (கலந்து அன்பாகி) உன்பால் எப்போதும் உள்ளம் உருகும் (கசிந்து உள் உருகும்)

நற்பண்பு சிறிதும் இல்லாத (நலம் தான் இலாத) தாழ்மையானவான எனக்கு (சிறியேற்கு), கருணைகாட்டி (நல்கி)

இறைவன் தமக்கு எத்தகைய அருள் செய்தார் என அடுத்த வரிகளில் காட்டுகின்றார் மாணிக்க வாசகர்.

'கலந்த அன்பாகி' என்றதால், அன்புடன் கலந்த அறிவு குறிக்கப்பட்டது. அந்த அறிவு இறைவனை எண்ணி உருகி இருக்கும் நல்லறிவு. அவ்வறிவினை உடையவரே நலம் அடைபவர். அத்தகைய நலம் தனக்குப் போதுமான அளவுக்கு இல்லையோ எனப் பணிவால் தம்மை கீழ்மைப்படுத்திக் கொள்கிறார் மணிவாசகர்.

59. நிலம் தன்மேல் வந்து அருளி நீள்கழல்கள் காட்டி,
60. நாயிற் கடையாய்க் கிடந்த அடியேற்குத்

61. தாயிற் சிறந்த தயா ஆன தத்துவனே

பூமியில் தோன்றி, கருணையினால் (நிலம் தன் மேல் வந்து அருளி) நீண்ட திருவடிகளைக் காட்டி (நீள்கழல்கள் காட்டி)

நாயினும் கீழானவனாய்க் கிடந்த (நாயிற் கடையாய்க் கிடந்த), உன் அடிமையான எனக்கு (அடியேற்கு)

தாயைவிடவும் கருணை மிகுந்த (தாயிற் சிறந்த தயா ஆன) பேருண்மையானவனே (தத்துவனே)

என இவ்வாறு, இறைவனின் அருளை அனுபவித்து, நன்றிப் பெருக்கால் கரைகிறார் ஆசிரியர்.

நிலம் என்பதற்கு 'சித்தம்' எனவும் பொருளுண்டு. 'சிற்றம்பலம்' என்பது சித்தம் ஆகிய அம்பலம், அதாவது மனமாகிய மேடை ஆகும்.

எனவே 'நிலம் தன்மேல் வந்து அருளி' என்பதன் மூலம், மாணிக்கவாசகர், திருப்பெருந்துறையில் குருமணியாகவும், நரியைப் பரியாக்கியும், பிட்டுக்கு மண் சுமந்து திருவிளையாடல் புரிபவராகவும் உலகில் வந்து அருளிய பெருமான் பரம்பொருளாகிய சிவபிரானே எனத் தன் மனதினால் தெளிந்தார் என்பதும் பொருந்தும்.

ஒருமித்த மனத்தினராய் இருந்து காட்டிய மாணிக்கவாசகரின் 'சிற்றம்பலம்' ஆகிய நிலத்தில், இறைவனின் திருவடிகள் எப்போதும் அருள் தந்து கொண்டிருந்தன.

இறைவனை உணர்ந்தவராக, அருள் அனுபூதி பெற்றவராக மாணிக்கவாசகர், இனி வரும் வரிகளில், இறைவனைப் புகழ்ந்து துதிக்கிறார்.

62. மாசற்ற சோதி மலர்ந்த மலர்ச்சுடரே

63. தேசனே தேன் ஆர்அமுதே சிவபுரனே

64. பாசமாம் பற்று அறுத்துப் பாரிக்கும் ஆரியனே

குற்றங்களற்ற ஒளி (மாசற்ற சோதி), பூத்துக் குலுங்கும் ஒளிக்கதிரே (மலர்ந்த மலர்ச் சுடரே)

தன்னொளியானே (தேசனே), தேனாகத் திகட்டா அமுதமே (தேனார் அமுதே), சிந்தையுள் விளங்குபவனே (சிவபுரனே),

வேண்டுதல், வேண்டாமை எனும் பற்றினை ஏற்படுத்தும் பாசமாகிய மாயக்கயிற்றை அறுத்து (பாசமாம் பற்றறுத்து), காக்கும் (பாரிக்கும்), புனிதமானவனே (ஆரியனே)

'ஆரியன்' எனும் சொல்லுக்கு 'வடக்கிலிருந்து வந்தவன்' என்றும் அவன், 'திராவிடன்' என்பானுக்கு எதிரானவன் என்றும், தவறான கருத்து நம்மிற் சிலரிடம் இருக்கிறது. உண்மையில் இவ்விரு சொற்களுக்கும் எவ்விதத் தொடர்பும் இல்லை.

'ஆரிய' என்பது, 'புனிதமான' என்பதாகும். ஒழுக்கத்தால் உயர்ந்தோரே ஆரியர் ஆவார். 'திராவிட' என்பது, மூன்று பக்கமும் கடலினால் சூழப்பட்ட இடம் என்பது ஆகும். எனவே 'திராவிடன்' என்பதற்கு, முப்புறமும் நீரால் சூழப்பட்ட நிலப்பகுதியைச் சேர்ந்தவன் என்பது பொருள்.

பகவான் ஆதி சங்கரார், தமது குருவிடம் தம்மை அறிமுகப்படுத்திக் கொள்ளுகையில், தான் ஒரு 'திராவிட சிசு', அதாவது, முப்புரமும் நீரால் சூழப்பட்ட, தென்னிந்தியக் குழந்தை

என்றே கூறுகின்றார். பாசமாகிய கயிற்றினை அறுத்து நம்மைப் பாதுகாக்கும் வலிமை தூயவனான சிவபிரானிடமே இருக்கிறது என்று மாணிக்கவாசகர் காட்டுகின்றார்.

65. நேச அருள்புரிந்து நெஞ்சில் வஞ்சம் கெடப்

அன்புடன் கருணை காட்டி **(நேச அருள் புரிந்து)** *உள்ளத்தில் அறியாமை முடிவுபெற* **(நெஞ்சில் வஞ்சம் கெட)**

புலனும், மனமும் செய்யும் வஞ்சனைகளை முன்பு சுட்டிக் காட்டிய மாணிக்கவாசகர், வஞ்சனைகளைக் கெடுத்து அழிப்பவன் இறைவன் என்று இங்கு கூறுவதன் மூலம், மனதைச் சீர் செய்பவனும், மனத்தெளிவையும், கூர்மையான புத்தியையும் தருபவனுமான இறைவனது அருளை, நாம் அன்னாரின் திருவடிகளில் செலுத்தும் மாறாத அன்பினால் மட்டுமே பெற முடியும் என்று காட்டுகிறார்.

அப்படித் தன்னை அடையும் மெய்யடியார்களுக்கு, அருளை ஏராளமாக அள்ளி வழங்கும் வள்ளல் சிவபெருமான் ஆவார்.

66. பேராது நின்ற பெருங்கருணைப் பேராறே

இடம் பெயராமல் என்னுள் நிலைபெற்ற **(பேராது நின்ற)**, *கருணை நதிப் பெருக்கே* **(பெருங்கருணைப் பேராறே)**

'பேராது' என்றால், மாற்றம் இல்லாமல் நிலைத்தது ஆகும். நம்முள்ளேயே, எவ்வித மாற்றமும் இல்லாமல் இருப்பது எது என ஆய்ந்தால், அதுவே ஆத்மாவாகிய இறையுணர்வு எனத் தெளியலாம். அவ்வுணர்வு, சுகப்பெருவெள்ளமாக, நம்முள்ளே மாறாத இன்பத்தை எப்போதும் அளிப்பது.

சிவபுராணம் - மறைபொருள் விளக்கம்

67. ஆரா அமுதே அளவிலாப் பெம்மானே
68. ஓராதார் உள்ளத்து ஒளிக்கும் ஒளியானே

தெவிட்டாத அமுதமே (ஆரா அமுதே), அளவிடமுடியாத பெருமானே (அளவிலாப் பெம்மானே)

நின்னைச் சிந்தனை செய்யாதோர் (ஓராதார்) சிந்தனைக்குள்ளும் (உள்ளத்து) ஒளிந்திருந்து (ஒளிக்கும்) ஒளிர்ந்திருப்பவனே (ஒளியானே)

இறைச்சிந்தனை செய்ய வேண்டும் என்ற எண்ணமோ, முயற்சியோ இல்லாமல், உலக வழக்கில் மட்டுமே ஈடுபட்டிருப்போரின் நிலை என்ன? அவர்களும் கடவுளின் குழந்தைகள்தான். ஆனால், அவர்களின் உள்ளத்துள் ஒளிந்து கொண்டு, அவர்களுக்கும் அறிவொளி கொடுத்துக் கொண்டிருக்கும் இறையுணர்வை, அவர்களால் சிந்தனையுள் அனுபவிக்க முடிவதில்லை. அதனால் விடுதலைப் பேறு, அவர்களுக்குக் கைகூடுவதில்லை.

69. நீராய் உருக்கி என் ஆருயிராய் நின்றானே

உன்னை நினைந்திருக்கும் எனக்குள்ளே, என் கல்லான மனதையும் நீராகத் தெளிய வைத்து (நீராய் உருக்கி), என் உயிருக்கு உயிராய் நிற்பவனே (என் ஆருயிராய் நின்றானே)

மாணிக்கவாசகர் எப்போதும் இறைச்சிந்தனை மட்டுமே கொண்டு இருக்கிறார். அப்பண்பினால், அவருடைய உள்ளத்துள் இறைவன் கல்லையும் உருக்கும் கருணை மழையாகப் பொழிந்து, அவருக்குள் நிறைந்து, உயிரினும் உயிராக இருக்கின்றான்.

70. இன்பமும் துன்பமும் இல்லானே உள்ளானே

பற்றற்றவன் என்பதால், வேண்டுதல், வேண்டாமை இல்லாதவனாய், அதனால் இன்ப துன்பங்கள் ஏதும் இல்லாமல் (இன்பமும் துன்பமும் இல்லானே), எப்போதும் அத்தகைய நிலையில் மெய்யாய் இருப்பவனே (உள்ளானே)

இறைவனுக்குப் பற்றின்மை இருப்பதால், எவ்வித இன்ப, துன்பங்களால் தொடப்படாமல், அவர் என்றும் அமைதியாய் இருக்கிறார்.

இறையுணர்விலேயே இருக்கும் ஜீவன் முக்தனின் நிலை என்ன? அவன் உலகில் வாழும்போது, இன்ப, துன்பங்களின் பாதிப்பினை எப்படி ஏற்கிறான்? ஜீவன் முக்தனுக்கு, மற்றவர் தன்னை இகழ்வதும், புகழ்வதும் உணரப்பட முடியாததா? எவ்வித வெளியுலக அறிவும், உணர்வும் இல்லாது வெறும் சடமாக இருப்பவர்களா பரஞானிகள்!

அல்ல! அவர்களுக்கும் தீ சுட்டால் வலி இருக்கும். ஆனால் அவ்வலியால் அவர்களுக்குத் துயர் இருக்காது. அவர்களை இகழ்ந்து ஒருவர் பேசினால், அப்பேச்சும் அவர்களுக்குக் கேட்கும். ஆனால் அப்பேச்சினால் அவர்களுக்குத் துயர் இருக்காது. புகழ்ச்சியைக் கேட்பதாலும் இன்பம் இருக்காது.

நமக்கோ உலக நடப்புக்கள் எல்லாம் 'விஷயமாக' இருக்கின்றன. விஷயம் என்பது நம்மை பாதிப்பன. பர ஞானிகளுக்கோ, உலக நடப்புக்கள் எல்லாம் வெறும் 'த்ருஷ்யமாக' அதாவது 'தோற்றமாக' மட்டுமே இருக்கின்றன.

எப்படி ஒரு கண்ணாடி, தன் முன்னே இருப்பதை எல்லாம் தனக்குள் காட்டி, பிரதிபலித்தாலும், அவற்றால் பாதிப்பு அடையாமல் இருக்கிறதோ, அப்படியே பரஞானிகளும் இருப்பார்கள். அது போன்றதே, பரமாத்மாவின் இருப்பும்.

71. அன்பருக்கு அன்பனே யாவையுமாய் அல்லவுமாய்

அன்பு செய்பவருள் அன்பாய் விளங்குபவனே, அன்புடையாரை 'எல்லா நலன்களும்' உடையவர்களாகச் செய்பவனே (அன்பருக்கு அன்பனே), இருப்பன எல்லாமுமாய் (யாவையுமாய்), இல்லாதன எல்லாமுமாய் (அல்லவுமாய்) விளங்குபவனே.

இறைவனே, உலகில் நம்மால் அறியப்படுவன யாவையுமாய் இருக்கிறான். அதாவது, நமது அறிவில் இருப்பன எல்லாமும் அவனே.

இறைவனே, நம்மால் அறியப்படாத பொருட்களாகவும் இருக்கிறான்.

நம்மைப் பொருத்தவரை, அறியப்படாதன எல்லாம், 'இல்லாதவை'தானே! அப்படி இல்லாதனவாயும் இருப்பவன் இறைவனே. இங்கே இல்லாதவை என்பது 'முயலின் கொம்பு' என்பது போன்ற பொய் அல்ல. நமது அறிவினுக்குள் அகப்படாத அத்தனையும் என்பதே பொருள். அறிவும் அவனே; அறியாமையும் அவனே எனவும் பொருள் கொள்ளலாம்.

'ஸ்ரீ லலிதா ஸஹஸ்ரநாமத்திலுள்ள ஒரு வரி, பராசக்தியை 'வித்யா அவித்யா ஸ்வரூபிணி' அதாவது, அறிவாயும், அறியாமையாயும் இருப்பவள் என்கிறது. அறியாமையாகிய இருளும்,

அவ்விருளை நீக்குகின்ற அறிவாகிய ஒளியும் இறைச்சக்தியே என்பது இத்துதியின் முதற் பொருள். மற்ற ஆழமான பொருளும் இவ்வரிகளுக்கு இருக்கிறது. இத்துதியினைப் போன்றதே, மாணிக்கவாசகர், யாவையுமாய் அல்லவுமாய் என இறைவனின் சிறப்பைக் கூறுவது.

72. சோதியனே துன்னிருளே தோன்றாப் பெருமையனே

தீராத ஒளியானவனே (சோதியனே), சேருகின்ற இருளானவனே (துன்னிருளே), தோற்றம் இல்லாப் புகழுடையவனே (தோன்றாப் பெருமையனே)

துன்னிருள் என்றால் வந்து சேருகின்ற இருள் என்பது பொருள்.

எங்கிருந்து இருள் வருகின்றது? எங்கெல்லாம் ஒளி இல்லையோ, அங்கெல்லாம் இருள் சூழ்கிறது. இருள் என்பது மறைத்தல் எனும் இறைவனின் ஐந்தொழிலில் ஒன்று. அது ஜீவனின் நிலையில், ஜீவனுடைய அறியாமை எனும் மயக்கத்துக்கு ஒப்பு. அது உலகத்தின் நிலையில், 'மாயை' எனும் தோற்றப் போர்வைக்கு ஒப்பு.

வேதாந்தத்தின்படி எல்லா உலகங்களும் மாயையினாலேயே மூடப்பட்டிருக்கின்றன. 'ஸர்வம் விஷ்ணுமயம் ஜகத்' என்னும் வேத வாக்கியத்தின் பொருள், எல்லா உலகங்களும், இறைவனின் மாயையினால் நிரப்பப்பட்டிருக்கின்றன என்பதே.

'மயம்' எனும் சொல், 'ஒன்றின் மாற்றம்' அல்லது 'ஒன்றினால் நிரப்பப்பட்டது' எனும் பொருளைத் தருவது ஆகும். பரம்பொருளின் மாயா சக்தியே விஷ்ணு. அச்சக்தியை, சிவனுடைய துணையான பராசக்தியாகவும் நாம் வழிபடுகின்றோம்.

சிவபுராணம் - மறைபொருள் விளக்கம்

பரவியிருக்கும் மாயா சக்திக்கும் எது ஆதாரம் எனில், அது பரமாத்வாகிய 'சிவம்'. எனவேதான் 'சிவமயம்' எனச் சொல்கின்றோம். சிவமயம் எனச் சொல்லும்போது, 'ஜகத்' எனும் உலகங்கள் ஏதும் இல்லை. ஏனெனில், சிவம் ஒன்றே யாவுமாய், ஈரற்றதாய் இருப்பது.

73. ஆதியனே அந்தம் நடுவாகி அல்லானே

முதல்வனே (ஆதியனே)! முடிவு (அந்தம்), இடை என (நடுவாகி) மாற்றங்கள் ஏதும் அற்றவனே (அல்லானே)!

இறைவனுக்கு முதல், நடு, முடிவு என எதுவும் இல்லை.

ஒரு பொருள் 'முதலானது' என்றால், அதற்கு முன் எதுவும் இல்லாமலும் அதற்குப் பிறகு ஏதேனும் ஒன்றாவதும் இருக்க வேண்டும். அப்போதுதான் அப்பொருள் 'முதலானது' என்று சொல்லலாம்.

அதேபோல் ஒருபொருள் 'முடிவானது' என்றால், அதற்குப் பிறகு எதுவும் இல்லாமலும், அதற்கு முன் ஏதேனும் ஒன்று இருந்தாகவும் வேண்டும். பரசிவம் 'ஆதியும் அந்தமும் இல்லா அரும்பொருள்' என்றால், இறைவனுக்கு முன்னும் எதுவுமில்லை, பின்னும் எதுவும் இல்லை, அப்படியாயின் இடைப்பட்டதாகவும் எதுவும் இருப்பதில்லை. ஆகவே இருந்தன, இருப்பன, இருக்கப்போவன எல்லாமும் இறைவனே, அதனால் வேதாந்த உண்மையான 'அத்வைதம் சத்தியம்'.

74. ஈர்த்து என்னை ஆட்கொண்ட எந்தை பெருமானே

கவர்ந்து இழுத்து (ஈர்த்து) என்னை முற்றும் வழிநடத்திச் செல்லும் (என்னை ஆட்கொண்ட) என் தந்தையாகிய

பெரியோனே (எந்தை பெருமானே)!

இறையருளால் மட்டுமே இறையுணர்வில் விழுப்பமும், இணக்கமும் வரும் என்பதால், தன்னுடைய பக்திக்கும் இறைவனது ஈர்ப்பே பொறுப்பு எனக் காட்டுகிறார்.

75. கூர்த்த மெய்ஞானத்தால் கொண்டுணர்வார் தம்கருத்தில்

76. நோக்கரிய நோக்கே நுணுக்கரிய நுண் உணர்வே

77. போக்கும் வரவும் புணர்வும் இலாப் புண்ணியனே

தெளிந்த (கூர்த்த) உண்மை அறிவால் (மெய் ஞானத்தால்), நின் திருவடிகளையே மனதில் கொண்டு உணர்பவர்களுடைய (கொண்டு உணர்வார் தம்) கருத்துக்களில் எல்லாம் (கருத்தில்)

அடையப்பட வேண்டிய குறிக்கோள்களில் எல்லாம் மிகவும் அரிதான குறிக்கோளே (நோக்கரிய நோக்கே)! உணர்வுகளுக்கெல்லாம் மிக நுண்ணியமாய் இருக்கும் ஆதார உணர்வே (நுணுக்கரிய நுண்ணுர்வே) !

போவது, வருவது என்ற செயலும் (போக்கும் வரவும்), மற்றவைகளுடன் கலந்த மாற்றங்களும் (புணர்வும்) இல்லாது விளங்கும் தூயவனே (இலாப் புண்ணியனே)!

போகுதலும், வருதலும் ஒரு பொருள், இடம் விட்டு இடம் மாறுகின்ற தன்மையைக் குறிக்கிறது. அப்படி ஒரு பொருள் இடம் மாறக் கூடும் என்றால், அப்பொருள் எல்லா இடத்திலும் எப்போதும் இருப்பதில்லை எனவும் ஆகிறது. அதாவது, மாற்றம் அடைவன எல்லாம், காலம், தேசம் எனும் இரண்டு அளவுகோல்களினால்

கட்டுப்பட்டவை. இறைவன் எங்கும் நிறைந்திருப்பதால், எங்கிருந்து எங்கே போக முடியும்? எனவே, அசைவு இல்லா விசைதான் இறைவன்.

மேலும், ஈரற்றதான பரமாத்மாவுடன் கலப்பதற்கு வேறு எப்பொருளும் இல்லை அல்லவா! எனவே 'புனர்வும் இல்லாத தூயவன்' அதாவது கலப்படமில்லாப் பொருளே இறைவன் என மாணிக்கவாசகர் காட்டுகின்றார்.

அப்படியானால், நற்கதி அடைகின்ற உயிர்கள் எல்லாம் இறைவனுடன் கலக்கின்றன எனும் திருமறைக்கு என்ன பொருள்? எல்லா உலகங்களும் இறைச்சக்தியுடன் விளங்குகின்றன என்பதற்கு என்ன பொருள்?

இறைவனின் திருவிளையாட்டில் விளையும் மாயா சக்தியினாலேயே, உலகங்கள், உயிர்கள் எனும் எல்லாத் தோற்ற வேறுபாடுகளும் எழுகின்றன. ஈரற்ற உண்மைத் தத்துவம் மட்டுமே உண்மை என உணரப்படும்போது, உலகங்கள் ஒரு கனவு என்பது உணரப்பட்டு, அக்கனவிலிருந்து உண்மை விழிப்பு ஏற்பட்டு, அவ்வாறு விழித்த நிலையில், ஈரற்ற ஒன்றான இறைச்சக்தியாய் மட்டுமே விளங்குவது, பரஞானிக்குத் தெரியும். கலப்பில்லாத் தெளிவாகவே பரம்பொருள் எப்போதும் இருக்கின்றது என்ற நுணுக்கமான வேதாந்த உண்மை இங்கே சுட்டிக்காட்டப்பட்டது.

78. காக்கும் என் காவலனே காண்பரியாப் பேர் ஒளியே

ஜீவனாகிய என்னைக் காக்கும் பணியைச் செய்பவன் நீயே (காக்கும் என் காவலனே), காண்பதற்கு முடியாத பெரிய ஒளியே (காண்பரியாப் பேர் ஒளியே).

ஈரற்ற ஒன்றான பரம்பொருளே, பல உலகங்களாகவும், உயிர்களாகவும் தோற்றங்களை ஆக்கி, வளர்த்து, அழித்து, அருளி, மறைத்து வருகின்றது. அப்படியாயின், அதன் திருவிளையாட்டில் தோன்றிய எல்லா உயிர்களும், உலகங்களும் அப்பரம்பொருளாலேயே காக்கப்படுகின்றன.

பார்க்க முடியாத பேரொளி என்பதன் பொருள் என்ன?

சூரிய ஒளியையே முழுதாக, நேரடியாக நாம் பார்க்க முடிவதில்லை, அப்படியாயின் கோடி சூரியனாக இருக்கும் பரம்பொருளைப் பார்க்க, நமது கண்களால் எப்படி முடியும்!

விழிக்கும் விழியாய் இருப்பது ஆத்ம சக்தி. விழியின் விழியை எவ்விழியால் பார்ப்பது! அறிபவன் யாரென, அறிவினால் எப்படி அறிய முடியும்! பார்ப்பவன், பார்க்கப்படுவன, பார்வை இவையாவும் 'நான்' எனும் ஆத்மா.

எனவே தந்நிலை உணர்வு மட்டுமே இறுதியான உறுதியாக முடியும்.

79. ஆற்றின்ப வெள்ளமே அத்தா மிக்காய் நின்ற

சிவானந்தலஹரீ எனும் பரசிவசுகப்பெருவெள்ளமே (ஆற்றின்ப வெள்ளமே)! எனை ஈன்ற தந்தையே (அத்தா)! கழிக்க முடியாத பொருளாக இறுதியற்ற நிலையே (மிக்காய் நின்ற)!

'ஆத்ம விசாரம்' எனத் தன்னுளே கடவுளைத் தேடும் இனிய தவத்தினாலும், அப்பயனால் தனையுணரும் சுகமும், சிந்தையெல்லாம் சிவமாய்ப் பரவ, அறிவு, மனம், உடல் என எங்கும் ஆனந்த வெள்ளம், மெய்யடியாரை ஆட்கொள்கிறது. அத்தகைய

ஆனந்தத்தில், மாணிக்கவாசகர் இசைத்த மாபெரும் உண்மையே சிவபுராணம் எனும் இந்நந்நூல்.

'மிக்காய் நின்ற' என்பதற்குத் தள்ளிவிட முடியாத தத்துவம் எனப் பொருள்.

உபநிடதங்கள், ஆத்ம விசாரணை எனும் தவத்திற்கு ஏற்ற ஒரு வழியாகக் காட்டுவது, 'நேதி, நேதி' அதாவது, 'இது நான் அல்ல, இது நான் அல்ல' என ஒவ்வொன்றாகத் தள்ளிக் கொண்டே இருத்தல். அப்படிச் செய்து, தள்ள முடியாத ஒன்றில் நம் சிந்தனை நிலைத்து நிற்க நேரிடும் என்றும், அத்தள்ள முடியாத ஒன்றே, 'நான், நான்' எனும் இடைவிடாத் தவத்தினால், ஒவ்வொரு உயிர்களுக்குள்ளும் எப்போதும் இருக்கும் 'ஆத்மா' எனவும் மறையுண்மையை இவ்வரி காட்டுகின்றது.

'நான், நான்' என நம்முள் இடைவிடாமல், நம் முயற்சியில்லாமல், நடந்து கொண்டேயிருக்கும் அந்த ஜபத்திற்கு 'அஜபா ஜபம்' என வேதங்கள் பெயரிடுகின்றன. கடவுளான பரமாத்மா எல்லா உயிர்களுக்குள்ளும் இந்த மஹா யோகமாகிய ஜபத்தை எப்போதும் செய்து கொண்டே இருக்கிறது. எனவேதான், சிவபிரானை மஹாயோகி என்றும் அழைக்கிறோம்.

80. தோற்றச் சுடர் ஒளியாய்ச் சொல்லாத நுண் உணர்வாய்

எல்லாத் தோற்றங்களுக்கும் காரணமான அறிவொளியாக (தோற்றச் சுடரொளியாய்), சொற்களால் காட்டமுடியாத மிகவும் அரிதான உணர்வாக (சொல்லாத நுண் உணர்வாய்)- இறைவன் இருக்கின்றான்.

தன்னுள்ளே 'ஆத்மா' எனும் ஒளியாக இருந்து, புலன், மனம் என எல்லாச் சடப்பொருட்களுக்கும் அறிவொளியைத் தருகின்ற சக்தியே, உலகில் இருக்கும் எல்லாத் தோற்றங்களுக்குள்ளும் ஒளியினைத் தருகின்றது. அதாவது, 'ஜீவ-ஈச்வர ஐக்கியம்' எனும் மறைபொருள் உண்மையினை, 'ஏகன் அனேகன்' என்று முன்பு அறிவித்த மாணிக்கவாசகர், அதனை மீண்டும் இங்கே நினைவூட்டுகின்றார்.

புலன், மனம், அறிவு என யாவற்றையும் கடந்த அவ்வுணர்வினைச் சொற்களாலும், வாக்கினாலும் எப்படி விளக்க முடியும்! அந்த ஆத்ம அனுபவம், ஒவ்வொருவரின் உள்ளத்தில் மட்டுமே விளங்கும் பேரின்ப நிலை! அது சொல்லில் விளக்க முடியாத சுகம்.

81. மாற்றமாம் வையகத்தின் வெவ்வேறே வந்து அறிவாம்

தொடர்ந்து மாற்றங்களை மட்டுமே கொண்டிருக்கும் உலகில் (மாற்றமாம் வையகத்தின்) பலவிதமாகவும் (வெவ்வேறே) புதுப்புது விளக்கங்களாலும் (வந்து) அறியப்படுகின்ற (அறிவாம்) உண்மை.

மாற்றங்களால் ஆனதே உலகம். ஒவ்வொரு கணமும், உலகங்களும், அவற்றில் அடங்கும் பொருட்களும் மாறிக் கொண்டே இருக்கின்றன. இந்த மாற்றங்களை ஆராய்வோம் எனப் புறப்பட்டு, ஒரு முடிவில்லாத பாதையிலே போய்க் கொண்டிருப்பதுதான் அறிவியலின் இயல்பு. அறிவியலும் அதன் கருவிகளும், மாறிக்கொண்டே இருக்க வேண்டிய உலகத்துக்குள்ளேயே அடக்கம் என்பதால், எல்லா அறிவியற் கண்டுபிடிப்புக்களும், மாற்றத்தால் தடுமாறிக் கொண்டே இருக்கும். எனவே காரணம்-காரியம் (cause and effect) எனும் வகையில் வெளியுலகங்களை

ஆராய்ந்து, 'இறைவன்' இப்படிப்பட்டவன், அப்படிப்பட்டவன் என்றெல்லாம், முடிவில்லாமல் பலரும் வாதிட்டுக் கொண்டே இருப்பார்கள். அப்படியாயின், எதுதான் முடிவு? இது அடுத்த வரியில் காட்டப்பட்டது.

82. தேற்றனே தேற்றத் தெளிவே என் சிந்தனை உள்

ஆய்ந்தறிய முடியாத உறுதியான உண்மையே (தேற்றனே)! ஆய்கின்ற அறிவுக்கும் அறிவான தெளிவே (தேற்றத் தெளிவே)! ஆய்தலின் களமான எனது உள்ளத்தின் உள்ளே (என் சிந்தனை உள்)

மாறுகின்ற உலகினை ஆராய்ந்து, மாறாத பரம்பொருளை உணர முடியாது எனும் அறிவினைப் பெற்ற மாணிக்கவாசகரைப் போன்ற பரஞானிகள், அவ்வறிவின் பயனால், வெளிஉலகினை ஆய்வதை விட்டுத் தன்னையே ஆய்ந்து, 'இது நான் அல்ல, இது நான் அல்ல' எனத் தள்ளித் தள்ளிப் பின் தள்ள முடியாத ஓர் பேரின்ப நிலையிலேயே தங்கி விடுகிறார்கள். அப்படி 'அகப்படும் சிவனை', ஆத்மனாகப் பிடித்துக் கொள்கிறார்கள். அவ்வுறுதியான முடிவே இறையுணர்வு. அதனால், அறிவியற் குழப்பங்கள் ஏதுமில்லாத தெளிவு கிடைக்கிறது. அத்தெளிவின் பயன், உள்ளத்துக்குள் எப்படி வருகிறது என்பதை அடுத்த வரிகள் காட்டுகின்றன.

83. ஊற்றான உண்ணார் அமுதே உடையானே

'தந்நிலை' அறியும் இறையுணர்வினால், உள்ளத்துக்குள், உண்ண உண்ணத் திகட்டாத (உண்ணார்) இனிய சுகம் (அமுதம்) வற்றாமல் பெருகி ஓடுகிறது (ஊற்றான). இச்சுகத்தைத் தந்தருளும் உரிமையாளன் (உடையான்), என்னுள் இருக்கும் நாதன் என்பது இதன் பொருள்.

84. வேற்று விகார விடக்குடம்பின் உள்கிடப்ப
85. ஆற்றேன் எம் ஐயா அரனே ஓ என்று என்று
86. போற்றிப் புகழ்ந்திருந்து பொய்கெட்டு மெய் ஆனார்

தந்நிலை அறியும் இறையுணர்வு, உள்ளே வெள்ளமாய் சுகம் தந்து கொண்டிருக்கையில், வேறுபாடுகளையும் மாற்றங்களையும் (வேற்று விகார) கொள்வதான, நஞ்சாகிய உடலினுள் கிடந்து (விடக்குடம்பின் உள் கிடப்ப), யான் தவித்திட வேண்டுமோ? முடியாது (ஆற்றேன்).

மாணிக்கவாசகர் காட்டும் இந்நிலை, வைராக்கியம் எனும் பற்றின்மையில் முற்றியநிலை.

முதலில் உலகப் பொருட்களில், உலக விவகாரங்களில் பற்றின்மையை வளர்த்து வந்த பெரியோர்கள், இறையுணர்வினைப் பெற்ற கணமே, இதுவரை கருவிகளாக உதவிய தமது உடல், புலன், மனம், புத்தி எனும் இவற்றிலும், இவற்றின் தொகுப்பாக விளங்கும் மனிதப் பிறவியிலுமே, பற்றின்மையை வளர்ப்பார்கள்.

எனவேதான், மனித உடலைப் பெறுவதும், அதனால் துயரம் அடைவதும் பொறுத்துக் கொள்ள முடியவில்லை (ஆற்றேன்) என மாணிக்கவாசகர் கதறுகின்றார்.

உண்மை உணர்ந்தோர் என்ன செய்வார்களாம்?

'ஓ, சிவனே (அரனே ஓ), என்னுடைய தலைவனே (எம் ஐயா) என்றெல்லாம் பலவாறாக (என்று என்று)

இறைவனைப் பணிந்தும், புகழ்ந்தும் (போற்றிப் பணிந்து) தம்மை இறைச்சிந்தனையிலேயே ஆழ்த்திக் கொள்வர்.

அப்படிச் செய்யும் தவத்தினால், அறியாமை எனும் இருள் விலக, சம்சாரம் எனும் துயரம் முடிய, பொய்யான உடலைச் சுமக்கும் கடனைக் கழித்து (பொய் கெட்டு), இறைத் தன்மையாகிய உண்மையிலே கலந்து விடுவார் (மெய்யானார்).

பொய் அழிந்தால், மெய் மட்டுமே நிலைக்கும். அம்மெய்நிலையே தந்நிலை. அந்த நிலையில்தான் முழுமையான நிறைவு கிடைக்கிறது. அதுவே விடுதலை, முக்தி, மோக்ஷம், நிர்வாணம், பூரணம் என்பதெல்லாம்.

87. மீட்டு இங்கு வந்து வினைப்பிறவி சாராமே

பொய்கெட்டு மெய்யாகும் நிலையினை அடைய வேண்டும் எனத் தவிக்கும் மாணிக்கவாசகர், ஒரு வேளை, பாவ, புண்ணியம் என்ற அடிப்படையில், விண்ணுலகப் பதவிகளை அனுபவித்தாலும், மீண்டும் (மீட்டு), இந்த உலகத்தில் பிறந்து (வந்து), வினைப்பளுவின் மிச்சத்தால் அதற்கேற்ற உடலினைச் சுமக்கின்ற (வினைப்பிறவி சாராமே), கொடுமை வந்து விடுமோ என அஞ்சுகிறார்.

தர்மத்தின் பாதையில் வாழ்க்கையை நடத்தி, அறம், பொருள், இன்பம் எனும் மூன்று குறிக்கோளுடனேயே பிறவியினைக் கழிக்கும் நல்லோர்கள், புண்ணியம், பாவம் என்னும் கட்டுக்களினால், அதற்கேற்ற உலகில், அவ்வுலகில் அனுபவிக்கத்தக்க உடலுடன் சில காலம் இருந்து, பிறகு வினைப்பயனைக் கொஞ்சம் கொஞ்சமாகக் கழித்து, அவை தீர்ந்தவுடன் மீண்டும் பூமியில் பிறப்பர். இந்திரலோகம், வைகுண்டம் எனப் பதவிகள் பெற்று, சிலகாலம் சுகத்தில் வாழ்ந்தாலும், பாவ–

புண்ணியங்களினால் விடுதலைப் பேற்றினை அடைவது என்பது முடியாது.

இப்படி மீண்டும் மீண்டும் பிறந்து வருவதையே 'மீட்டு' எனும் சொல்லால் காட்டினார் ஆசிரியர். எனவே, அறம், பொருள், இன்பம் இவற்றைத் தாண்டி, 'வீடு பேறு' எனும் முக்தியை நாடுவதே, விடுதலைக்கு வழி. அதனாலேயே, சிவபிரானிடம் அத்தகைய பேற்றினைத் தர வேண்டுகின்றார் மாணிக்கவாசகர்.

88. கள்ளப் புலக்குரம்பைக் கட்டு அழிக்க வல்லானே

அச்சம் தருகின்ற பிறவிகளில் நம்மைச் சிக்க வைப்பது, அச்சம், ஆசை, மயக்கம் ஆகிய நச்சினில் (கள்ள) ஆழ்த்துகின்ற புலனறிவின் கட்டுப்பாடு (புலக்குரம்பைக் கட்டு) ஆகும். அந்தக் கட்டினை அழிக்கும் வலிமையும் கருணையும் உடையவனே (அழிக்க வல்லானே) சிவன்.

முன்பே அறிந்தபடி, புலனுடைய வஞ்சகம் நம்மைத் தாக்காமல் பார்த்துக் கொள்ள வேண்டியது, நமது முதற்கடமை. அதற்கான உறுதியையும், வழியையும் அருள்வது இறைவனாலேயே முடியும். அதாவது 'வைராக்ய சாதகம்' எனும் பற்றின்மை மிகவும் அரிதானது என்பதால், அப்பேற்றினை இவண், ஆசிரியர் இறைவனிடம் யாசிக்கிறார்.

89. நள்ளிருளில் நட்டம் பயின்று ஆடும் நாதனே

பிறவிக்கட்டை அழிக்க வல்ல சிவபிரான், இருளின் மத்தியில் (நள்ளிருளில்), மாற்றங்களாகிய நடனத்தை (நட்டம்) உறுதியுடன் (பயின்று) ஆடி வரும் தலைவன் (ஆடும் நாதனே).

நள்ளிருளில் இறைவன் ஆடுவது ஏன்?

நள்ளிருள் என்பது உலகங்களாகிய தோற்ற மாயை எதுவும் இல்லாப் பூரண நிலை. எல்லா உலகங்களும் அடங்கிய போது, அங்கே இருக்கின்ற நள்ளிருள். அது நல்லிருள். அதுவே பூரணத்தின் கீழிருக்கும் 'சுத்தமாயை' எனும் போர்வை. அதுவே 'சிதாகாசம்' அல்லது சிற்றம்பலம் எனும் மேடை. எல்லா உலகங்களும் அடங்கிய அந்த நள்ளிருளிலும் நிலையாக இருப்பது, எப்போதும் இருப்பதான பரம்பொருள் ஒன்றே.

அசையாப் பொருளான பரம்பொருளின் விருப்பத்தால், நள்ளிருளில் எழுகின்ற அசைவே, பரம்பொருளின் திருநடனம். அந்நடனத்தின் விசையிலே, ஓசைகள் எழுகின்றன. 'ஓங்காரம்' எனும் நாத வடிவாகப் பரவி, அதன் சக்தியால் திசைகள் எழுகின்றன. மிசைகள் எழுகின்றன. அண்டங்களும், பிண்டங்களும் தோன்றி, அவற்றினுள்ளும், ஆத்மாவாகக் கோர்த்து, அப்பரம்பொருளே பலவுமாக உயிர்த்து இருக்கிறது. மீண்டும் உலகத் தோற்றங்கள் எழுந்தும், வளர்ந்தும், மறைந்தும் கிடக்கின்றன.

இவ்வாறு மாறுகின்ற 'மாற்றச் சங்கிலியை' அணிந்து ஆடுபவன் என்பதாலோ, அசைகின்ற பாம்பினை அணியாக் கொண்டு சிவபிரான் நடனம் ஆடுவதாக திருமறைகள் காட்டுகின்றன!

'நட்டம்' என்பதற்கு நடனம் எனும் பொருளைத் தவிர்த்து, 'இழப்பு' எனும் பொருளும் உண்டு. 'நட்டம் பயின்று' என்றால், 'இதனால் இழப்பு வரும் எனத் தெரிந்து கொண்டு' எனக் கொள்ளலாம். ஈரற்ற பரபிரம்மம், உலகங்களைத் தோற்றுவித்தால், அது 'தன்னிலும் வேறு இல்லை' எனும் உண்மைக்கு ஒரு இழப்பாகத்

தோன்றும் என்பதைப் பயின்றிருந்தாலும், தோற்ற மாயையை எழுப்பியும், அடக்கியும் ஆனந்த நடனம் புரிகின்றது. சிவ நடனம், எல்லாத் தோற்றங்களையும் அடக்கியும், அவிழ்த்தும் ஆளுகின்ற பரமாத்மாவின் பெருநடனம். இந்த அனுபவம் ஜீவன் ஒவ்வொன்றுள்ளும் தினமும் நடந்து கொண்டுதானிருக்கிறது.

'விழிப்புநிலை' நமக்கு ஒரு அனுபவ உலகங்களைத் தருகின்றது. தோற்றப் பொருட்களை அனுபவிக்க, வல்லுடல் எனத் தோல் போர்த்திய உடல் ஒரு கருவியாகவும், மெல்லுடல் எனும் அந்தகரணங்கள் உட்கருவியாகவும் பயன்படுகின்றன. 'கனவுநிலை' நமக்கு வேறு பல அனுபவ உலகங்களைத் தருகிறது. அப்போது, மெல்லுடல் மட்டுமே தோற்ற மாயைகளை அனுபவித்து வருகிறது.

ஆழ்துயில் நிலையில், எல்லாத் தோற்ற மாயைகளும் மறைந்து விட்டன. வல்லுடலும் இல்லை. மெல்லுடலும் இல்லை. அப்போது, அறியாமை எனும் போர்வை மட்டுமே இருளாக விரிக்கப்பட்டு இருக்கிறது. ஆழ்துயில், மீண்டும் விழிப்புலகு, கனவுலகு எனப் பலவிதமான தோற்ற மாயைகளைத் தரப்போகின்றது. அதுவரை, ஜீவன் ஒரு சுகமான அமைதியை அனுபவிக்கட்டுமே என்று, ஆத்மா காட்டுகின்ற கருணையே ஆழ்துயில் ஆகும். அதில் ஜீவன், அறியாமையாகிய இருட்போர்வைக்குள் கிடக்கிறது.

இருட்போர்வைக்கு மேல், அருட்பார்வையுடன், ஆத்மா ஆனந்த நடனம் ஆடிக் கொண்டு இருக்கிறது. அதுவே சிற்றம்பலம் எனும் மனமேடையில் தனித்திருக்கும் ஆத்மாவின் களி நடனம். 'பிரதோஷம்' எனும் பகலும், இரவும் கூடும் சந்திப்பொழுது, சிவபிரானைத் தொழுவதற்கு மிகவும் உகந்த காலம் எனக் கொள்வதற்கும் இத்தத்துவமே ஒரு காரணம். சந்திப் பொழுது,

தோற்ற மாயைகள் எல்லாம் நம்முள்ளே அடங்குகின்ற சுகநிலைக்கு எடுத்துச் செல்லும் காலம் என்பதால்தான், சிவபிரானின் நடனத்தைக் காணத் தொடங்கும் காலம் எனக் கொள்ளப்பட்டது.

90. தில்லை உள் கூத்தனே தென்பாண்டி நாட்டானே

சிதம்பரம் எனும் தில்லை மன்றத்தில் (தில்லையுள்) திருவிளையாடலுக்காக நடனம் ஆடுபவனே (கூத்தனே), தென் திசையில் பாண்டிய மன்னர்கள் ஆண்ட நிலத்தில் அருள்பவனே (தென்பாண்டி நாட்டானே).

'தில்லையில் கூத்தனே' எனச் சொல்லாமால், 'தில்லை உள் கூத்தனே' எனச் சொல்லியிருப்பது, சிவபிரான், தில்லையாகிய சிற்றம்பலத்தின் உள்ளே, நடனமாடுகிறார் என்பதாகும். உள்ளே இருப்பது, மறைக்கப்படுவது ஆகும். இதையே, 'சிதம்பர ரகசியம்' எனத் தில்லை ஆலயத்தில் காட்டியிருக்கிறார்கள்.

'ஆண்டவன் தாண்டவம் ஆடிய தில்லை – அதற்கிணை உலகிலோர் தலமுமே தில்லை' என எனது தந்தை திருவருட் கவிஞர் மீனாக்ஷிசுந்தரனார் பாடிய பாடல் ஒன்று நினைவுக்கு வருகிறது. 'ஆண்டவன் தாண்டவம் ஆடிய தில்லை' என்பது தில்லையாகிய சிதம்பரத்தைக் குறிக்கின்றது. 'ஆண்டவன் தாண்டவம் ஆடியது இல்லை' எனப் பொருள் கொள்ள, அசையாச் சிவம், என்றுமே பரப்பிரம்மமாகவே இருக்கிறது என்றும், ஆடலும், ஆடலால் விளைந்த அகிலங்களும், சுத்த மாயையால் காட்டப்பட்ட தோற்ற மாயை என்றும் ஒரு பொருள் தெளிகிறது.

'தென்பாண்டி நாட்டான்' என்பதற்கு பாண்டிய மன்னர்கள் ஆண்ட தென்னிந்திய நாட்டினை உடையவன் என்பது சொற்பொருளாக இருக்கிறது.

இறைவன் எப்படி, ஒரு நாட்டினை மட்டும் சார்ந்தவனாக இருக்க முடியும்? 'தென்னாடு உடைய சிவனே போற்றி' எனப் போற்றுவதும் நம்முடைய வழக்கம். 'எந்நாட்டவருக்கும் இறைவா போற்றி' என முடித்தாலும், ஏன், தென்னாட்டினைக் கொண்டவன் சிவன்?

கட்டித் தங்கத்தைக் கண்டால் அதை வெட்டி எடுத்து நமக்கே நமக்கு எனச் சொந்தம் கொண்டாடுவது மனித இயல்புதான். எனவே மிக நுண்ணிய இறைத் தத்துவங்களைக் கண்டுணர்ந்து சொல்லிய தமிழர் பேரினம், தத்துவ விளைவான பரசிவனைத் தமது தென்னாட்டுக்கு உடையவனாகக் கொள்வது அன்பின் மிகையே அன்றி வேறல்ல.

நாம் வேறொரு பொருளையும் காண முடியும்.

மரணமே நமக்கு பெரும் பயத்தினைத் தருவது. மரண தேவன் ஆளுகின்ற பூமிக்குத் 'தென்னாடு' என்பது ஒரு பெயர். மரணபயத்தை நீக்க வல்லான் பரசிவன். காலனைக் காலால் உதைத்து, அண்டிய அடியாரைக் காத்தவன் பரசிவன். எனவே 'தென்னாடுடைய சிவன்', காலனின் ஆளுமையையும் தன் வசத்தில் வைத்திருப்பவன் என ஆகிறது. அண்டிய மெய்யடியாருக்கோ, தென்னாடு தரக்கூடிய அச்சம் உடைந்து போகிறது. அதாவது மெய்யடியாருக்கு 'தென்னாடு உடைய', அதனால் மரண பயம் விலக அருள் செய்கின்றான் பரசிவன்.

'எந்நாட்டவர்க்கும்', அதாவது எவ்வழியில் இறைவனின் மேல் நாட்டம் உடையவர்க்கும், எப்படித் தொழுபவர்க்கும், சிவனே இறைவன்! அதாவது உலகிற்கே இறைவன்.

சீவபுராணம் - மறைபொருள் விளக்கம் 89

அவ்வகையிலே, ஒருவேளை, 'தென்பாண்டி நாட்டான்' என்பதையும் 'தென்பு+ ஆண்டின் + ஆட்டான்' எனக் கொள்ளலாமோ!

'தென்பு' அல்லது 'தெம்பு' என்பது உறுதி. அது 'சிவனே சீவன்' எனும் பரஞான உறுதி. அந்த ஈரற்ற உண்மையில் உறுதி இருந்து, அந்தப் பரஞானமே நம்மை 'ஆண்டு கொண்டிருந்தால்', பிறகு பிறவிப் பிணியில் நம்மை அழுத்தி, ஆட்டி வைக்க மாட்டான் இறைவன். அப்படியும் ஒரு பொருளை ஏற்க முடிகிறது.

91. அல்லல் பிறவி அறுப்பானே ஓ என்று
92. சொல்லற்கு அரியானைச் சொல்லித் திருவடிக்கீழ்
93. சொல்லிய பாட்டின் பொருள் உணர்ந்து சொல்லுவார்
94. செல்வர் சிவபுரத்தின் உள்ளார் சிவன் அடிக்கீழ்ப்
95. பல்லோரும் ஏத்தப் பணிந்து.

'ஓ, பிறவித் துன்பங்களை அறுப்பவனே' (அல்லல் பிறவி அறுப்பானே ஓ என்று) என்றெல்லாம்

சொற்களால் சொல்லி விளக்க முடியாதவனை (சொல்லற்கு அரியானை), சொல்லினால் சுட்டிக் காட்டி (சொல்லி), இறைவனின் திருவடிகளில் பணிந்து (திருவடிக் கீழ்),

இங்கே சொல்லிய சிவபுராணம் எனும் திருவாசகப் பாடலின் பொருளை (சொல்லிய பாட்டின் பொருளை), ஏற்ற வகையில் சரியாக உணர்ந்து (உணர்ந்து) சொல்லுகின்ற மெய்யடியார்கள் (சொல்லுவார்),

உண்மையின் (சிவபுரத்தின்) மையத்தில் எப்பொழுதும் உள்ளவரான (உள்ளார்) சிவபிரானின் திருவடியின் கீழ் (சிவன் அடிக்கீழ்),

சென்று அடைவார்கள் (செல்வர்). அவர்களது புனிதப்பயணத்தை, உலகமெல்லாம் (பல்லோரும்), வியந்து, பணிந்து, புகழுவர் (ஏத்தப் பணிந்து).

'சொல்லிய பாட்டின் பொருள் அறிந்து' என்று கூறியிருந்தால், அது அறிவினால் விளக்கப்பட்ட பொருளாக இருக்கும். 'சொல்லிய பாட்டின் பொருள் உணர்ந்து' என்று மாணிக்கவாசகர் கூறியிருப்பதால், பாடலின் மறைந்திருக்கும் பொருளை, உணர்வினால் ஏற்பதே கருத்தெனக் காட்டப்பட்டது. எனவே பொருள் உணர்தல் என்பது சிவச்சிந்தனை கொண்டுள்ள ஒவ்வொருவரின் மன முதிர்ச்சிக்கும், பயணப் பயிற்சிக்கும் ஏற்ப மாறியிருப்பது கூடும்.

சொற்களின் பொருளை, பிழையில்லாமல், அதே சமயம், நம்முடைய தவத்திற்கு உதவி செய்யும் கைவிளக்காக மாறும்படியாக எடுத்துக் கொள்வது நலமே. அதனை விரும்பியே, மாணிக்கவாசகப் பெருந்தகை, அளப்பரிய சிவபுராணத்தை இவ்வாறு முடித்து, உணர்வுபூர்வமான பொருளைத் தேடுபவர்களுக்கும் ஒரு அன்பு அனுமதியினை அருளி இருக்கிறார்கள். அதனை நாம் கட்டளையாக ஏற்று ஆய்வதும், அதனால், அறிவில் முதிர்ந்து உய்வதும் நமது கடன்; அதுவே பிறவியில் நாமடையும் நற்பயன்.

அவ்வாறு சொல்லும் பொருளும் தெளிந்து, அல்லும் பகலும் அரனைத் தொழும் மெய்யடியாரை, உலகில் எல்லோரும் பணிந்து ஏற்றுவர். அப்படிப் பலரால் ஏற்றப்பட்டாலும், போற்றப்பட்டாலும், மெய்யடியார்கள், தம் இயல்பினால், பணிவுடன் இருந்தே,

பரசிவனின் பதமலரை அடைந்து பரசிவசுகப் பெருவெள்ளத்தில் என்றும் நிலைப்பார்கள்.

திருச்சிற்றம்பலம்

இவ்வாறு ஸ்ரீ மாணிக்கவாசகர் அருளிய சிவபுராணம் எனும் திருமுறை நூலின் மறைபொருள் விளக்கம் நிறைவுற்றது

தென்னாடுடைய சிவனே போற்றி
எந்நாட்டவர்க்கும் இறைவா போற்றி

திருநீற்று திருப்பதிகம்

திருச்சிற்றம்பலம்

1. மந்திர மாவது நீறு வானவர் மேலது நீறு
   சுந்தர மாவது நீறு துதிக்கப் படுவது நீறு
   தந்திர மாவது நீறு சமயத்தி லுள்ளது நீறு
   செந்துவர் வாயுமை பங்கன் திருவால வாயான் திருநீறே.

2. வேதத்தி லுள்ளது நீறு வெந்துயர் தீர்ப்பது நீறு
   போதந் தருவது நீறு புன்மை தவிர்ப்பது நீறு
   ஓதத் தகுவது நீறு உண்மையி லுள்ளது நீறு
   சீதப் புனல்வயல் சூழ்ந்த திருவால வாயான் திருநீறே.

3. முத்தி தருவது நீறு முனிவ ரணிவது நீறு
   சத்திய மாவது நீறு தக்கோர் புகழ்வது நீறு
   பத்தி தருவது நீறு பரவ வினியது நீறு
   சித்தி தருவது நீறு திருவால வாயான் திருநீறே.

4. காண வினியது நீறு கவினைத் தருவது நீறு
   பேணி யணிபவர்க் கெல்லாம் பெருமை கொடுப்பது நீறு
   மாணந் தகைவது நீறு மதியைத் தருவது நீறு
   சேணந் தருவது நீறு திருவால வாயான் திருநீறே.

5. பூச வினியது நீறு புண்ணிய மாவது நீறு
   பேச வினியது நீறு பெருந்தவத் தோர்களுக் கெல்லாம்
   ஆசை கெடுப்பது நீறு அந்தம தாவது நீறு
   தேசம் புகழ்வது நீறு திருவால வாயான் திருநீறே.

6. அருத்தம தாவது நீறு அவல மறுப்பது நீறு
   வருத்தந் தணிப்பது நீறு வான மளிப்பது நீறு
   பொருத்தம தாவது நீறு புண்ணியர் பூசும்வெண் ணீறு
   திருத்தகு மாளிகை சூழ்ந்த திருவால வாயான் திருநீறே.

7. எயிலது வட்டது நீறு விருமைக்கு முள்ளது நீறு
   பயிலப் படுவது நீறு பாக்கியமாவது நீறு

துயிலைத் தடுப்பது நீறு சுத்தம தாவது நீறு
அயிலைப் பொலிதரு சூலத் திருவால வாயான் திருநீறே.

8. இராவணன் மேலது நீறு எண்ணத் தகுவது நீறு
பராவண மாவது நீறு பாவ மறுப்பது நீறு
தராவண மாவது நீறு தத்துவ மாவது நீறு
அராவணங் குந்திரு மேனி யால வாயான் திருநீறே.

9. மாலொ டயனறி யாத வண்ணமு முள்ளது நீறு
மேலுறை தேவர்கள் தங்கண் மெய்யது வெண்பொடி நீறு
ஏல வுடம்பிடர் தீர்க்கு மின்பந் தருவது நீறு
ஆலம துண்ட மிடற்றெம் மால வாயான் திருநீறே.

10. குண்டிகைக் கையர்க ளோடு சாக்கியர் கூட்டமுங் கூடக்
கண்டிகைப் பிப்பது நீறு கருத வினியது நீறு
எண்டிசைப் பட்ட பொருளா ரேத்துந் தகையது நீறு
அண்டத் தவர்பணிந் தேத்து மால வாயான் திருநீறே.

11. ஆற்ற லடல்விடை யேறு மால வாயான்றிரு நீற்றைப்
போற்றிப் புகலி நிலாவும் பூசுரன் ஞானசம் பந்தன்
தேற்றித் தென்ன னுடலுற்ற தீப்பிணி யாயின தீரச்
சாற்றிய பாடல்கள் பத்தும் வல்லவர் நல்லவர் தாமே.

திருச்சிற்றம்பலம்

கோளறு திருப்பதிகம்

திருச்சிற்றம்பலம்

1. வேயுறு தோளிபங்கன் விடமுண்டகண்டன்
மிகநல்ல வீணை தடவி
மாசறு திங்கள்கங்கை முடிமே லணிந்தென்
உளமே புகுந்த அதனால்
ஞாயிறு திங்கள்செவ்வாய் புதன்வியாழன்
வெள்ளி சனிபாம் பிரண்டு முடனே
ஆசறுநல்லநல்ல அவைநல்ல நல்ல
அடியா ரவர்க்கு மிகவே.

2. என்பொடு கொம்பொடாமை யிவைமார்
 பிலங்க எருதேறி யேழை யுடனே
பொன்பொதி மத்தமாலை புனல்சூடி
 வந்தென் உளமே புகுந்த அதனால்
ஒன்பதொ டொன்றொடேழு பதினெட்டொ
 டாறும் உடனாய நாள்க ளவைதாம்
அன்பொடு நல்லநல்ல அவைநல்ல நல்ல
 அடியா ரவர்க்கு மிகவே.

3. உருவளர் பவளமேனி யொளிநீ றணிந்து
 உமையோடும் வெள்ளை விடைமேல்
முருகலர் கொன்றைதிங்கள் முடிமே
 லணிந்தென் உளமே புகுந்த அதனால்
திருமகள் கலையதூர்தி செயமாது பூமி
 திசைதெய்வ மான பலவும்
அருநெறி நல்லநல்ல அவைநல்ல நல்ல
 அடியா ரவர்க்கு மிகவே.

4. மதிநுதல் மங்கையோடு வடபா லிருந்து
 மறையோது மெங்கள் பரமன்
நதியொடு கொன்றைமாலை முடிமே
 லணிந்தென் உளமே புகுந்த அதனால்
கொதியுறு காலனங்கி நமனோடு தூதர்
 கொடுநோய்க ளான பலவும்
அதிகுணம் நல்லநல்ல அவைநல்ல நல்ல
 அடியா ரவர்க்கு மிகவே

5. நஞ்சணி கண்டன்எந்தை மடவாள்த
 னோடும் விடையேறு நங்கள் பரமன்
துஞ்சிருள் வன்னிகொன்றை முடிமே
 லணிந்தென் உளமே புகுந்த அதனால்
வெஞ்சின அவுணரோடு உருமிடியும்
 மின்னும் மிகையான பூத மவையும்

சிவபுராணம் - மறைபொருள் விளக்கம்

அஞ்சிடும் நல்லநல்ல அவைநல்ல நல்ல
அடியா ரவர்க்கு மிகவே

6. வாள்வரிய தளதாடை வரிகோ வணத்தர்
மடவாள் தனோடு உடனாய்
நாள்மலர் வன்னிகொன்றை நதிசூடி
வந்தென் உளமே புகுந்த அதனால்
கோளரி யுழுவையோடு கொலையானை
கேழல் கொடுநாக மோடு கரடி
ஆளரி நல்லநல்ல அவைநல்ல நல்ல
அடியா ரவர்க்கு மிகவே

7. செப்பிள முலைநன்மங்கை யொருபாக
மாக விடையேறு செல்வ னடைவார்
ஒப்பிள மதியுமப்பும் முடிமே லணிந்தென்
உளமே புகுந்த அதனால்
வெப்பொடு குளிரும்வாத மிகையான
பித்தும் வினையான வந்து நலியா
அப்படி நல்லநல்ல அவைநல்ல நல்ல
அடியா ரவர்க்கு மிகவே

8. வேள்பட விழிசெய்தன்று விடைமே
லிருந்து மடவாள் தனோடும் உடனாய்
வாண்மதி வன்னிகொன்றை மலர்சூடி
வந்தென் உளமே புகுந்த அதனால்
ஏழ்கடல் சூழிலங்கை அரையன்ற
னோடும் இடரான வந்து நலியா
ஆழ்கடல் நல்லநல்ல அவைநல்ல நல்ல
அடியா ரவர்க்கு மிகவே

9. பலபல வேடமாகும் பரனாரி பாகன்
பசுவேறும் எங்கள் பரமன்
சலமக ளோடெருக்கு முடிமே லணிந்தென்
உளமே புகுந்த அதனால்
மலர்மிசை யோனுமாலு மறையோடு
தேவர் வருகால மான பலவும்

அலைகடல் மேருநல்ல அவைநல்ல நல்ல
அடியா ரவர்க்கு மிகவே

10. கொத்தலர் குழலியோடு விசையற்கு
நல்கு குணமாய வேட விகிர்தன்
மத்தமு மதியுநாக முடிமே லணிந்தென்
உளமே புகுந்த அதனால்
புத்தரொ டமணைவாதில் அழிவிக்கும்
அண்ணல் திருநீறு செம்மை திடமே
அத்தகு நல்லநல்ல அவைநல்ல நல்ல
அடியா ரவர்க்கு மிகவே

11. தேனமர் பொழில்கொளாலை விளைசெந்நெல்
துன்னி வளர்செம்பொன் எங்கும் நிகழ
நான்முகன் ஆதியாய பிரமா புரத்து
மறைஞான ஞான முனிவன்
தானுறு கோளுநாளும் அடியாரை வந்து
நலியாத வண்ணம் உரைசெய்
ஆனசொல் மாலையோதும் அடியார்கள்
வானில் அரசாள்வர் ஆணை நமதே

திருச்சிற்றம்பலம்